Bát Nhã Tâm Kinh
Trực Chỉ
Lý Giải Ngắn Gọn
Thanh Tịnh Liên
Chân Thiền

Bát Nhã Tâm Kinh
Trực Chỉ,
Lý Giải Ngắn Gọn
Thanh Tịnh Liên

Tranh và Bìa : Lam Thủy và Chính Mung
Đánh Máy, Trình Bầy: Chân Diệu
Điều chỉnh Bản Thảo: Chân Diệu
Thiết Kế Bản In: Xuân Ngọc & Chân Diệu

Ấn Hành:
Thiền Viện Sùng Nghiêm
11561 Magnolia St., Garden Grove, Ca 92841
Tel. # (714) 636-0118
Email: sungnghiem@hotmail.com
Website: thienviensungnghiem.org
Copyright© Thiền Viện Sùng Nghiêm

In tại: Printing Technic, California, USA

Mọi trích dịch toàn thể bài viết hay từng đoạn
Xin giữ nguyên chính ý, chính văn và ghi rõ xuất xứ.

Thanh Tịnh Liên
Chân Thiền

Bát Nhã Tâm Kinh
Trực Chỉ
Lý Giải Ngắn Gọn

Thiền Viện Sùng Nghiêm
Sung Nghiem Zen Center

**Sách tác giả
đã ấn hành - xuất bản:**

Thiền Thơ Không Tên
Cùng Vầng Trăng Soi
Như Lai Tạng
Những Liên Hệ Đến Cái Chết Cần Biết Rõ
Tại Sao Không Mở Mắt Vãng Sinh Khi Đang Hiện Sống?
Đóng Cửa Sáu Nẻo Luân Hồi
Tiếng Chuông Ngân (Kinh) I & II
Bát Nhã Tâm Kinh
Bát Nhã Tâm Kinh (Trực chỉ Lý Giải Ngắn Gọn) Với những phần cốt tủy trong Lăng Nghiêm Kinh

Sách Sẽ In:

Cùng Nén Tâm Hương (Kỷ Yếu)
Nghe Chăng Ai? (Nhạc Thiền)

Mục Lục

Phần I:

- Lời nói đầu   13
- Bài Kinh Bát Nhã   17
- Bát Nhã Tâm Kinh Trực Chỉ Lý Giải   19
- Khai Thị 49 ngày   58
  (Những ai có Thân Trung Ấm?)
- Khai Thị qua Bát Nhã Tâm Kinh I   64
- Khai Thị qua Bát Nhã Tâm Kinh II   67
- Học và Thực Hành Bát Nhã I   71
  (Pháp môn vô lượng thề nguyện học)
- Học và Thực Hành Bát Nhã II   81
  (Từ Thô tới Tế, Từ Ngoài vào Trong)
- Các Phương Tiện Tu Hành từ Cạn đến Sâu   87
- Nhân Quả thưởng phạt   107
  (tuyệt đối công minh và bình đẳng)
- Phật Đản Sinh   112

Phần II:

- Như Lai Tạng trong Lăng Nghiêm Kinh — 116
- Phương Tiện Trực Chỉ Hữu Hiệu nhất — 119
  (để thoát khỏi Sinh Tử Luân Hồi qua Như Lai Tạng trong Lăng Nghiêm Kinh)
- Bài Khai Thị — 126
- Phần cốt tủy của Như Lai Tạng Trong Lăng Nghiêm Kinh — 131

Phần I
Lý Giải về Bát Nhã Tâm Kinh dựa theo Bài Kinh Bát Nhã

Bát Nhã Tâm Kinh

Thắp nén Tâm Hương Con :

Kính Cúng Dường và Tri Ân Chư Phật Tổ, Chư Bồ Tát, Chư Hiền Thánh Tăng.

Kính Cúng Dường và Tri Ân toàn thể Quí Thầy Cô, Quí Thiện Tri Thức từ vô thủy…

Kính Cúng Dường và Tri Ân Cửu Huyền Thất Tổ, Cha Mẹ, Gia Đình, Họ Hàng từ vô thủy…

Kính Cúng Dường và Tri Ân Muôn Loài, Muôn Vật, Hữu Tình VôTình, Toàn Thế Giới, Đại Vũ Trụ từ vô thủy…

Kính Cúng Dường và Tri Ân Quí Vị Ân, Oán từ vô thủy…

Kính Cúng Dường và Tri Ân Toàn Thể : Quí Vị Bạn Bè Đời Đạo từ vô thủy…

Kính Cúng Dường và Tri Ân Toàn Thể : Quí Anh Hùng Liệt Sĩ,
Quí Anh Thư, Quí Vị Chiến Sĩ Trận Vong, Hữu Danh, Vô Danh, Quí Oan Hồn Vô Thừa Nhận từ vô thủy…

Kính Cúng Dường và Tri Ân Toàn Thể: Quí Ân Nhân, Quí Bạn Đạo hiện hữu đã đóng góp công lao vô bờ từ thô tới tế, từ vật chất đến tinh thần, để tô điểm, hoàn thành về mọi mặt và toàn diện cho Thiền Viện….

Thề nguyện Toàn Thể Chúng Sinh chúng ta, đều Siêu Việt "Vô Minh Sinh Tử" để nhận ra Bát Nhã Tính của chính mình vốn là:

Thân Tâm Bát Nhã

Bát Nhã Tâm Kinh
Trực Chỉ
Lý Giải Ngắn Gọn

Lời nói đầu

Khi nói đến Bát Nhã Tâm Kinh, là nói đến Sự Siêu Việt! Nó tự động ra ngoài Thời Gian, Không-Gian và dĩ nhiên ra ngoài tất cả mọi lý luận, mọi phân tích, mọi danh từ, mọi lời nói v.v… Đó là sự Siêu Việt của Bát Nhã! Vì thế cho nên chúng ta không có cách nào Lý Giải cho trọn vẹn, và cũng không thể nào chỉ hiểu một chiều, mà trái lại là phải hiểu muôn chiều vi diệu, quá ư nhiệm mầu của **Bát Nhã**.

Thưa quí vị,
Dù rằng với sự hiểu biết của Tác Giả còn quá non nớt, với trình độ chưa học hết một chữ "A" trong Đạo Pháp bao la, bát ngát của Đức Phật! Do đó Tác Giả cúi xin những lời chỉ dậy cao siêu của toàn thể quí vị Thiện Tri Thức, để Tác Giả được học hỏi thêm, được trau dồi thêm trên bước đường Tu Hành còn quá nhiều tăm tối…

Nhưng tại đây, Tác Giả cũng xin mạn phép được trình bầy Kiến Giải về Phương Cách "Thoát Khỏi Luân Hồi". Và đề tài này cũng là để trả lời cho rất nhiều Đối Tượng với những hoàn cảnh đầy nước mắt…Họ đã hỏi thăm Tác Giả "Có con đường nào hữu hiệu nhất để thoát ra khỏi cái **Thân Trung-Ấm**, nó cứ lằng nhằng mãi mãi trong Sáu Nẻo không?"

Xin thưa, sau đây là những hàng chữ trong Quyển Sách này với tất cả những gì liên hệ về :
"**Bát Nhã Tâm Kinh**", Đức Phật đã dậy đều là con đường Trực Chỉ Giải Thoát Sinh Tử ở ngay Thân/Tâm chúng ta.

Nói cách khác đó là Đường Lối Trực Chỉ Thân/ Tâm Bát Nhã của muôn loài chúng sinh… chính là Pháp-Môn "Niêm Hoa Vi Tiếu" của Đức Phật đã dậy chúng ta ra khỏi **Thân Trung Ấm** vĩnh viễn! Tác Giả chỉ là người nhắc lại những lời của Phật đã dậy mà thôi.

Như đã nói ở trên, **Bát Nhã** là Siêu Việt, **Bát Nhã** là bặt hết mọi đường lối, mọi Lý Giải, mọi Tranh-Cãi… Nó tự động vượt Nhị Biên Tương Đối, vượt ngoài Tam Giới, vượt ngoài Sáu Nẻo, cho nên mới Vượt Sinh, Vượt Tử là thế!

Bởi vậy khi chúng ta học **Bát Nhã** là phải hiểu tường tận, hiểu từng chi tiết về Nghĩa Siêu Việt của **Bát Nhã**! Nếu chúng ta chỉ đọc, chỉ tụng mà không hiểu gì, không biết gì về nghĩa Siêu Việt, chính xác của từng đoạn Kinh với mục đích muốn chỉ dậy chúng ta cái gì? Thì đúng là Tu mù!

Vì thế mà chúng ta vẫn phải Lý Giải từng phần, từng đoạn trong "Kinh Bát Nhã", và đi từ từ để hiểu rốt ráo về phần SUÔI , rồi lại phải hiểu thật rốt ráo về phần NGƯỢC của những đoạn trong Kinh Bát Nhã như:

- Phần nào dậy về "Cái Không Ngơ" là cái Đoạn Diệt.
- Phần nào dậy về **Tính Không Vi Diệu** là **Tâm Phật** của toàn thể chúng sinh.
- Phần nào dậy về **Sắc Tướng** liên hệ với **Thân/Tâm** và **Vũ Trụ Vạn Vật**.
- Phần nào dậy về **Sắc/ Không** và nghĩa Siêu Việt của **Sắc/ Không**, cũng như sự liên hệ mật thiết giữa **Sắc/ Không** với **Thân/ Tâm** chúng ta ra sao? Và sự liên hệ mật thiết giữa **Sắc/ Không** với **Vũ Trụ Vạn Vật** thế nào?

Ma Ha Bát Nhã Ba La Mật Đa Tâm Kinh

Quán Tự Tại Bồ Tát hành thâm Bát Nhã Ba La Mật Đa thời, chiếu kiến Ngũ Uẩn giai Không, độ nhất thiết khổ ách.

Xá Lợi Tử!
Sắc bất dị Không, Không bất dị Sắc;
Sắc tức thị Không, Không tức thị Sắc;
Thọ, Tưởng, Hành, Thức, diệc phục như thị.

Xá Lợi Tử!
Thị chư Pháp không tướng: bất sinh, bất diệt, bất cấu, bất tịnh, bất tăng, bất giảm.

Thị cố, Không trung vô Sắc, vô Thọ, Tưởng, Hành, Thức; vô Nhãn, Nhĩ, Tỷ, Thiệt, Thân, Ý; vô Sắc, Thanh, Hương, Vị, Xúc, Pháp;
vô Nhãn Giới, nãi chí vô Ý Thức Giới;
vô Vô Minh, diệc vô Vô Minh tận;

Nãi chí vô Lão Tử, diệc vô Lão Tử tận; vô Khổ, Tập, Diệt, Đạo; vô Trí, diệc vô đắc.
Dĩ vô sở đắc cố, Bồ Đề Tát Đỏa y Bát Nhã Ba La Mật Đa cố, Tâm vô quải ngại, vô quải ngại cố, vô hữu khủng bố, viễn ly điên đảo mộng tưởng, cứu cánh Niết Bàn.
Tam thế Chư Phật y Bát Nhã Ba La Mật Đa cố, đắc A Nậu Đa La Tam Miệu Tam Bồ Đề. Cố tri Bát Nhã Ba La Mật Đa, thị Đại Thần Chú, thị Đại Minh Chú, thị vô thượng Chú, thị vô đẳng đẳng Chú, năng trừ nhất thiết khổ, chân thật bất hư.
Cố thuyết Bát Nhã Ba La Mật Đa Chú, tức thuyết chú viết:

Yết đế, yết đế, ba la yết đế, ba la tăng yết đế, Bồ Đề tát bà ha.

Bát Nhã Tâm Kinh
Trực Chỉ Lý Giải

Ma Ha Bát Nhã Ba La Mật Đa Tâm Kinh

*Trí Tuệ Bát Nhã sâu rộng vô ngần mé, tuyệt đối Ba La Mật! chính là **Phật Tâm**.*

Quán Tự Tại Bồ Tát hành thâm Bát Nhã Ba La Mật Đa thời, chiếu kiến Ngũ Uẩn giai Không độ nhất thiết khổ ách.

Bồ Tát Quán Tự Tại hay là một vị Hành Giả, hay là những ai đã hiểu thâm sâu về Bát Nhã Ba La Mật Đa, hay là chính chúng ta là những vị đã Nhận Biết, đã Thấy Biết tận cùng tất cả **Ngũ Uẩn** chỉ là "**Tính Không**", là **Chân Không,** tức là "Cái **Không Tích Cực**" chứ không phải là "Cái Không Tiêu Cực" của sự đoạn diệt. Cho nên mới độ được chính mình và toàn thể chúng sinh để vượt ra ngoài mọi khổ ách.

Xá Lợi Tử!
Sắc bất dị Không, Không bất dị Sắc;
Sắc tức thị Không, Không tức thị Sắc;
Thọ, Tưởng, Hành, Thức diệc phục như thị.

Này *Xá Lợi Tử:*
Toàn thể các "Sắc Tướng" không khác gì
"Tính Không";
"Tính Không" không khác gì toàn thể các
"SắcTướng"
Toàn thể các "Sắc Tướng" chính là "Tính Không"
"Tính Không" chính là toàn thể các "Sắc Tướng"

Do vậy:

"Thọ, Tưởng, Hành, Thức" (Ngũ Uẩn) cũng y một nghĩa đó.

Tức là:

"Thọ, Tưởng, Hành, Thức" chính là :
"Tính Không"
"Tính Không" chính là :
"Thọ, Tưởng, Hành, Thức"

Xin nhắc lại:

*"**Tính Không** ở đây không phải là:*
Không Tiêu Cực đoạn diệt".

Xá Lợi Tử!
Thị chư Pháp không tướng: bất sinh,
bất diệt, bất cấu, bất tịnh, bất tăng,
bất giảm.
Thị cố, Không trung vô Sắc, vô Thọ,
Tưởng, Hành, Thức; vô Nhãn, Nhĩ, Tỷ,
Thiệt, Thân, Ý; vô Sắc, Thinh, Hương, Vị,
Xúc, Pháp;
vô Nhãn Giới, nãi chí vô Ý Thức Giới;
vô Vô Minh, diệc vô Vô Minh tận;
Nãi chí vô Lão Tử, diệc vô Lão Tử tận;
vô Khổ, Tập, Diệt, Đạo; vô Trí, diệc vô đắc.
Dĩ vô sở đắc cố, Bồ Đề Tát Đỏa y Bát Nhã
Ba La Mật Đa cố, Tâm vô quải ngại,
vô quải ngại cố, vô hữu khủng bố, viễn ly
điên đảo mộng tưởng, cứu cánh Niết Bàn.

*T*oàn Thể đoạn Kinh trên đây, nếu chúng ta hiểu theo *"Chân Lý Sắc/Không"* hai chiều **Suôi/Ngược** của Bát Nhã Tâm Kinh, thì đây là phần: **HIỂU SUÔI** *với tất cả những gì ở trong đoạn Kinh này, đều đã tự động "Trực Chỉ Tích Cực" và thể hiện ngay "Chân Lý Siêu Việt" về "Tâm Bát Nhã" của toàn thể chúng sinh, và sau đây là câu Kinh* **Sắc/Không** *được* **HIỂU SUÔI**:

Sắc tức thị **"Không"** = **Sắc** chính là **"Không"**
(**Form** is only **Emptyness**)

Vạn Pháp đều là **"Không Tướng"**
Thị chư Pháp đều **"Không Tướng"**
Vũ Trụ Vạn Vật đều là **"Không Tướng"**

"**Không Tướng**" ở đây là "Không Tích Cực"

Vậy xin được nhấn mạnh lại, thì phải chăng? tất cả những gì trong đoạn Kinh Tối Quan Trọng này đều là Trực Chỉ, đều cùng Thể Hiện một **"Tính Không Tích Cực"**, *cũng là thể hiện* **"Tâm Bát Nhã Việt Siêu"** *của toàn thể chúng sinh.*

**Xá Lợi Tử,
Thị chư Pháp không tướng: Bất sinh, bất diệt, bất cấu, bất tịnh, bất tăng, bất giảm.**

*Này Xá Lợi Tử,
Toàn thể các Pháp đều là "Vô Tướng", đều là "Tính Không" (Chân Không Tích Cực là: Tính Thấy, Tính Nghe, Tính Hay Biết...)! Cho nên toàn thể các Pháp đều Không Sinh, Không Diệt, Không Dơ, Không Sạch, Không Thêm, Không Bớt.*

Thị cố, Không trung vô Sắc, vô Thọ, Tưởng, Hành, Thức.

Cho nên trong "Tính Không" ấy, không có gì để đặt tên, cũng không có cái gì để gọi là "Sắc, Thọ, Tưởng, Hành, Thức" (Ngũ Uẩn).

Vô Nhãn, Nhĩ, Tỷ, Thiệt, Thân, Ý.

Trong "Tính Không" ấy, không có gì để đặt tên, cũng không có cái gì để gọi là "Nhãn, Nhĩ, Tỷ, Thiệt, Thân, Ý" (Sáu Căn)

Vô Sắc, Thinh, Hương, Vị, Xúc, Pháp

Trong "Tính Không" ấy, không có gì để đặt tên, cũng không có cái gì để gọi là "Sắc, Thanh, Hương, Vị, Xúc, Pháp" (Sáu Trần).

Vô Nhãn Giới, nãi chí, vô Ý Thức Giới

Trong "Tính Không" ấy, không có gì để đặt tên, cũng không có cái gì để gọi là: "Nhãn Thức, Nhĩ Thức, Tỷ Thức, Thiệt Thức, Thân Thức, Ý Thức" (Sáu Thức)

Và trong "Tính Không" ấy, cũng không có gì để đặt tên, cũng không có cái gì để gọi là "Sáu Căn, Sáu Trần, Sáu Thức" (tức là 18 Giới)

Vô Vô Minh, diệc, vô Vô Minh tận
Nãi chí, vô Lão Tử, diệc, vô Lão Tử tận

Trong "Tính Không" ấy, không có gì để đặt tên, cũng không có cái gì để gọi là Vô Minh, cũng không có cái gì để gọi là hết Vô Minh, cho đến không có gì để gọi là "Già", cũng không có cái gì để gọi là "Tận", là "Chết" (12 Nhân Duyên).

Vô Khổ, Tập, Diệt, Đạo

Trong "Tính Không" ấy, không có gì để đặt tên, cũng không có cái gì để gọi là "Tứ Thánh Đế".

Vô trí, diệc vô đắc

Trong "Tính Không" ấy, không có gì để đặt tên, cũng không có cái gì để gọi là Tu theo "Trí Tuệ Bát Nhã". Và cũng không có cái gì để gọi là "Chứng", là " Đắc".

Dĩ vô sở đắc cố, Bồ Đề Tát Đỏa Y
Bát Nhã Ba La Mật Đa cố,
Tâm vô quải ngại, vô quải ngại cố,
Vô hữu khủng bố,
Viễn ly điên đảo mộng tưởng, cứu cánh
Niết Bàn.

Cũng vì trong *"Tính Không"* ấy, không có gì để đặt tên, cũng không có cái gì để gọi là Chứng, là Đắc! Cho nên mới được gọi là *"Bồ Đề Tát Đỏa"*, và mới có đủ năng lực, **"Trí Tuệ Bát Nhã"** để Khai Ngộ cho toàn thể chúng sinh! Bởi vì các vị này đã Tu theo y chỉ **"Bát Nhã Ba La Mật Đa"** (**"Tính Không"**, **"Phật Tính"**, cũng là **"Tự Tính-Không"**, **"Tự Tính Bất Nhị"**, **"Tự Tính Vô Sinh"**, **"Tự Tính Ly"**, **"Tự Tính Chiếu Tỏa"**) thì dĩ nhiên không còn có cái gì có thể làm chướng ngại, cũng không còn có cái gì có thể khủng bố, và đương nhiên là vĩnh viễn xa rời hết mọi vọng tưởng điên-đảo! Nên *"tự động"* là **"Niết Bàn Diệu Tâm"**, tức là **"Bát Nhã Tâm"**, **"Phật Tâm"**, của *"Chư Phật mười phương"* và của *"toàn thể chúng sinh"*.

Tới đây là sự lý giải về **phần "TÂM"** là: *"Bát Nhã Tâm"*, tức là *"Phật Tâm"* của chúng ta đã xong, đồng thời là phần **HIỂU SUỐI** của đoạn Kinh trên, còn gọi là **phần "LÝ"** cũng đã được hoàn tất.

*Tiếp theo đây là đoạn Kinh cuối cùng của "Bát Nhã Tâm Kinh" được Lý Giải hiểu theo "Chân Lý Sắc/Không" ở "**NGHĨA SUÔI**" của "Bát Nhã"*

Tam Thế Chư Phật y Bát Nhã Ba La Mật Đa cố, đắc A Nậu Đa La Tam Miệu Tam Bồ Đề; Cố tri Bát Nhã Ba La Mật Đa, thị Đại Thần Chú, thị Đại Minh Chú, thị Vô Thượng Chú, thị Vô Đẳng Đẳng Chú, năng trừ nhất thiết khổ, chân thật bất hư. Cố thuyết Bát Nhã Ba La Mật Đa Chú, tức thuyết chú viết:

"Yết đế, yết đế, ba la yết đế, ba la tăng yết đế, Bồ Đề tát bà ha."

Tam Thế Chư Phật y Bát Nhã Ba La Mật Đa cố, đắc "A Nậu Đa La Tam Miệu Tam Bồ Đề".

Chư Phật quá khứ, hiện tại, vị lai đều Tu theo y chỉ của "Bát Nhã Ba La Mật Đa", các Ngài đều đã rõ biết "Thân/Tâm Bát Nhã" cũng là "Tam Thân Bát Nhã Viên Mãn" là:

PhápThân Phật,
Báu Thân Phật,
Thiên Bách Ức Hóa Thân Phật,
*Cũng là **(Phân Thân Phật)***

Cho nên các Ngài đều đắc :

"A Nậu Đa La Tam Miệu Tam Bồ Đề"
(Chính Đẳng Chính Giác)

Cố tri Bát Nhã Ba La Mật Đa, thị Đại Thần Chú, thị Đại Minh Chú, thị Vô Thượng Chú, thị Vô Đẳng Đẳng Chú, năng trừ nhất thiết khổ, chân thật bất hư.

Vì thế cho nên:
Bát Nhã Ba La Mật Đa là:
Đại Thần Chú, là Đại Minh Chú,
là "Vô Thượng Chú", là "Vô Đẳng Đẳng Chú" tự động có đầy đủ Năng Lực và Diệu Dụng của "Bát Nhã Ba La Mật Đa" để trừ được mọi khổ ách của chúng sinh, một cách nhiệm mầu thật sự là lẽ đương nhiên.

Cố thuyết Bát Nhã Ba La Mật Đa Chú,
tức thuyết chú viết:
Yết đế, yết đế, ba la yết đế, ba la tăng
yết đế, Bồ Đề tát bà ha.

*C*hư Phật ba đời cũng như các vị Bồ Tát đã y chỉ Tu theo: "Bát Nhã Ba La Mật Đa" cho nên các Ngài đã có đầy đủ năng lực vi diệu để độ chúng sinh ... và khi cần thiết các Ngài tụng : "Bát Nhã Tâm Kinh" hoặc đọc:
*(dĩ nhiên sự Tụng Kinh, sự Đọc Thần Chú được hữu hiệu nhiều hay ít, đều là do **Tâm Thanh Tịnh** tương ứng của từng Vị, chứ không phải sự hữu hiệu là bởi những lời Kinh chúng ta Tụng! Hoặc những câu Thần Chú chúng ta Đọc!)*

*B*ây giờ chúng ta lý giải về phần "**SỰ**", tức là phần "**Thân Bát Nhã**" của chúng ta, là phần: "**Diệu Hữu**", "**Diệu Dụng**", chính là Phần "**Pháp Thân Phật**", "**PhânThân Phật**", cũng chính là phần "Siêu Việt" toàn thể: "**các Sắc Tướng**" của Vũ Trụ Vạn Vật ...đang hiện hữu trước mắt! Trong đó có : "**Sắc Thân Bát Nhã**" của chúng ta.

*T*hì cũng vẫn là đoạn Kinh tối Quan Trọng ấy, được chép lại ở trang sau là trang số 33, là đoạn Kinh bao gồm tất cả những gì diễn tả trong đó... Đều được hiểu theo **NGHĨA NGƯỢC LẠI** của "**Chân Lý Sắc/Không**" trong "Bát Nhã Tâm Kinh"! Thì tự động thể hiện ngay "**Chân Lý Diệu Hữu**" ... chính là "**Thật Tướng của Vạn Pháp**"! Cũng chính là "**Diệu Hữu**"... là "**Toàn Thân của Chúng Sinh**"... và thể hiện "**Diệu Hữu**"... chính là "**Thật Tướng**" của:
   Toàn Thể Vũ Trụ Vạn Vật.

Sau đây là "phần **HIỂU NGƯỢC LẠI**" của câu Kinh:

   Sắc Bất Dị Không

Tức là:

<u>Không</u>" bất dị "Sắc" = "<u>Không</u>" chính là "Sắc"
   (Emptiness is only Form)
Không Tướng chính là "**Vạn Pháp**"
Không Tướng cũng chính là "**Vũ Trụ VạnVật**"

Tại đây cũng xin được nhấn mạnh lại, thì phải chăng? Tất cả những gì trong đoạn Kinh này...
đều hoàn toàn ở Nghĩa:
"Tích Cực của Diệu Hữu"... là tự động
*"**Trực Chỉ**" và thể hiện ngay "**Sự Diệu Hữu**"*
*chính là "**Thân Bát Nhã**"... của chúng sinh!*
*Cũng là Thể Hiện "**Sự Diệu Hữu**" là :*
*"**toàn thể các Pháp Môn Hiện Hữu**"...*
*và Thể Hiện Sự "**Diệu Hữu**", là*
*"**Vạn Pháp Hiện Hữu** (cũng chính là*
***Vũ Trụ Vạn Vật**")!*
Ở nghĩa Siêu Việt của "Chân Tính Bát Nhã".

Đây là đoạn Kinh được "HIỂU NGƯỢC LẠI"
theo "Chân Lý Sắc/Không" của
Bát Nhã Tâm Kinh

Xá Lợi Tử!
Thị chư Pháp không tướng: bất sinh, bất diệt, bất cấu, bất tịnh, bất tăng, bất giảm.
Thị cố, Không trung vô Sắc, vô Thọ, Tưởng, Hành, Thức;
vô Nhãn, Nhĩ, Tỷ, Thiệt, Thân, Ý; vô Sắc, Thinh, Hương, Vị, Xúc, Pháp;
vô Nhãn Giới, nãi chí vô Ý Thức Giới;
vô Vô Minh, diệc vô Vô Minh tận;
Nãi chí vô Lão Tử, diệc vô Lão Tử tận;
vô Khổ, Tập, Diệt, Đạo; vô Trí, diệc vô đắc.
Dĩ vô sở đắc cố, Bồ Đề Tát Đỏa y Bát Nhã Ba La Mật Đa cố,
Tâm vô quải ngại, vô quải ngại cố, vô hữu khủng bố, viễn ly điên đảo mộng tưởng, cứu cánh Niết Bàn.

Xá Lợi Tử,
Thị chư Pháp không tướng: Bất sinh,
bất diệt, bất cấu, bất tịnh, bất tăng,
bất giảm.
Thị cố, Không trung vô Sắc, vô Thọ,
Tưởng, Hành, Thức.

Vạn Pháp đều do sự vi diệu ẩn mật của
"Tính Không", "Chân Không" tự có
"Tính Nhiệm Mầu" *hóa hiện **"Diệu Hữu"** chính là*
"Thật Tướng của Vạn Pháp" *đang hiện hữu...*
Mà "Vạn Pháp" đã là "Diệu Hữu" do "Phật Tính",
"Chân Không" hóa hiện, hiện hóa, thì dĩ nhiên là
"Vạn Pháp" đều Bất Sinh, Bất Diệt, Bất Cấu,
Bất Tịnh, Bất Tăng, Bất Giảm.
Thì Ngũ Uẩn: "Thọ, Tưởng, Hành, Thức" cũng
*cùng chung một **"Chân Lý"** là:*
"Thật Tướng của Ngũ Uẩn" *đang hiện hữu...*

*N*ói một cách khác:

Cũng vẫn là Chân Thật Nghĩa ấy, thì đó là sự vi diệu của "**Bát Nhã Tính**", "Pháp Giới Tính" ("*Phật Tính*"), thường hằng vĩnh cửu, triền miên biến hiện, hiện biến ra tất cả "**SỰ**, là "**Diệu Hữu**", là "**Vạn Pháp Hiện Hữu**" như vậy... như vậy... mãi mãi không ngừng ...trong từng Sát Na ở nghĩa Tích Cực! chứ không phải nghĩa Tiêu Cực! Vì vậy mà "Vạn Pháp Hiện Hữu" luôn luôn ở trong trạng thái **Diệu Hữu Biến Hiện**... tức:
"**Diệu Hữu Siêu Việt**" là bởi:
"**Buddha Nature is working**" không thể nghĩ bàn:

*X*in thưa:
"Vạn Pháp Huyễn hóa mà lại "**là Thật**"
"**Là Thật**" mà lại là Huyễn Hóa"!

Vạn Pháp có huyễn hóa như vậy! Mới thể hiện được sự vi diệu, nhiệm mầu của "**Thật Tướng Bát Nhã**" thiên biến, vạn hóa nên muôn hình, vạn trạng hiện hữu trước mắt chúng ta từng Sát Na...

Thị cố, Không trung vô Sắc, vô Thọ, Tưởng, Hành, Thức

{ Bát Nhã Tính của **Ngũ Uẩn**, là Bát Nhã Tính của **Sắc, Thọ, Tưởng, Hành, Thức**. } ⟶ { Bát Nhã Tính của Sắc, Thọ Tưởng, Hành, Thức chính là **Ngũ Uẩn** đang hiện hữu. }

Vô Nhãn, Nhĩ, Tỷ, Thiệt, Thân, Ý

{ Bát Nhã Tính của "Sáu Căn" Nhãn Nhĩ, Tỷ, Thiệt, Thân, Ý Là **Bát Nhã Tính** của **Tính Thấy, Tính Nghe, Tính Hay Biết**... } ⟶ { Bát Nhã Tính của Tính Thấy, Tính Nghe, Tính Hay Biết… chính là "Sáu Căn" Nhãn, Nhĩ, Tỷ, Thiệt, Thân Ý đang Hiện Hữu }

Vô Sắc, Thinh, Hương, Vị, Xúc, Pháp

{ Bát Nhã Tính của "Sáu Trần" Là **Bát Nhã Tính** của **Sắc, Thanh, Hương, Vị, Xúc, Pháp** } ⟶ { Bát Nhã Tính của Sắc, Thanh, Hương, Vị, Xúc, Pháp chính là "**Sáu Trần**" đang Hiện Hữu" }

Vô Nhãn Giới, nãi chí, vô Ý Thức Giới

{ **Bát Nhã Tính** của "Sáu Thức" là **Bát Nhã Tính** của Nhãn Thức, Nhĩ Thức ... Ý Thức. } ⟶ { **Bát Nhã Tính** của Nhãn Thức, Nhĩ Thức… Ý Thức Chính là: **Sáu Thức** đang hiện hữu. }

{ **Bát Nhã Tính** của 18 Giới là **Bát Nhã Tính** của: Sáu Căn, Sáu Trần, Sáu Thức từ: Nhãn Giới, Nhĩ Giới … cho đến Ý Thức Giới } ⟶ { **Bát Nhã Tính** của: Sáu Căn, Sáu Trần, Sáu Thức, từ Nhãn Giới, Nhĩ Giới … cho đến Ý Thức Giới Chính là **18 Giới** đang hiện hữu. }

Vô Vô Minh, diệc vô Vô Minh tận
Nãi chí, vô Lão Tử, diệc vô Lão Tử tận

Thiền Quán 12 Nhân Duyên
*Tức "**Duyên Giác Thừa**",*
đắc quả vị: Bích Chi Phật, Độc Nhãn Phật

{ **Bát Nhã Tính** của Pháp Môn 12 Nhân Duyên là **Bát Nhã Tính** của: **Vô Vô Minh, diệc Vô Vô Minh tận**, **nãi chí Vô Lão Tử, diệc, Vô Lão Tử tận**. } → { **Bát Nhã Tính** của **Vô Vô Minh, diệc Vô Vô Minh tận, nãi chí Vô Lão Tử, diệc, Vô Lão Tử tận** chính là Pháp Môn 12 Nhân Duyên đang hiện hữu. }

Vô Khổ, Tập, Diệt, Đạo;
*Thiền Chỉ của "**Thanh Văn Thừa**",*
Đắc bốn quả vị :
Tu Đà Hoàn, Tư Đà Hàm, A Na Hàm, A La Hán

{ **Bát Nhã Tính** của Pháp Môn **Tứ Thánh Đế** Là " **Bát Nhã Tính**" của **Khổ, Tập, Diệt, Đạo.** } → { **Bát Nhã Tính** của **Khổ, Tập, Diệt, Đạo**, là "**Bát Nhã Tính**" của Pháp Môn **Tứ Thánh Đế** đang hiện hữu. }

Vô Trí, diệc Vô Đắc
Thiền tu theo **Trí Tuệ Bát Nhã**
của "**Bồ Tát Thừa**", Đắc Quả Vị **Bồ Tát**

{ **Bát Nhã Tính** của Pháp Môn **Vô Trí, diệc Vô Đắc** Là **Bát Nhã Tính** của Pháp Môn **Tu theo Trí Tuệ**. } ➝ { **Bát Nhã Tính** của Pháp Môn **Tu theo Trí Tuệ** là **Bát Nhã Tính** của Pháp Môn **Vô Trí, diệc Vô Đắc** đang hiện hữu. }

Để các Ngài đắc quả vị "**Bồ Tát**" Tuy nhiên, các Ngài chẳng hề bao giờ chấp chước vào sự "Chứng, Đắc"! chỉ vì tất cả sự "Chứng, Đắc" đều là **Bát Nhã Tính** tự động vượt ra ngoài Nhị Biên: Có/Không, Thật/Giả, Chứng/ Đắc.

Dĩ vô sở đắc cố, Bồ Đề Tát Đỏa Y Bát-Nhã Ba La Mật Đa cố, Tâm vô quải ngại, vô quải ngại cố, vô hữu khủng bố, viễn ly điên đảo mộng tưởng, cứu cánh Niết Bàn.

{ Bát nhã Tính của "dĩ vô sở đắc", của "Bồ Đề Tát Đỏa" là Bát Nhã Tính của Tâm vô quải ngại, vô quải ngại cố, vô hữu khủng bố, viễn ly điên đảo mộng tưởng, là cứu cánh Niết Bàn.

→ Bát Nhã Tính của Tâm vô quải ngại, vô quải ngại cố, vô hữu khủng bố, viễn ly điên đảo mộng tưởng cứu cánh Niết Bàn chính là Pháp Môn "Dĩ vô sở đắc" đang hiện hữu là "Bồ Đề Tát Đỏa" (bất cứ là ai thậm thâm về **Bát Nhã** và y chỉ theo **Bát Nhã**)

*(Sở dĩ các vị **Bồ Đề Tát Đỏa** không chấp vào sự Chứng, Đắc! là vì các Ngài hiểu rốt ráo về **Bát Nhã Tính** là Siêu Việt! Thì làm gì có ý niệm ô nhiễm phàm phu! Để mà chấp thật là có chứng, có đắc).*

Sự thật không thể nào ngờ là cũng vẫn một đoạn Kinh này, mà hiểu theo nghĩa "**NGƯỢC LẠI**" của "**Chân Lý Sắc/Không**" trong Bát Nhã Tâm Kinh qua câu Kinh:

"Không tức thị Sắc"

Chính là đoạn Kinh mà chúng ta đã Lý Giải ở trên, và đang Lý Giải cũng vẫn y theo Nghĩa "**Ngược**" của "**Chân Lý Sắc/Không**"! Thì tự động phát hiện ra ngay "sự vi diệu, nhiệm mầu" của "Chân Như -Phật Tính", đã tự động thể hiện:

{ "Toàn thể "Diệu Hữu" chính là :
Toàn Thể Vạn Pháp"!

{ "Toàn Thể Diệu Hữu" chính là:
"Thật Tướng của Vạn Pháp"!

Toàn Thể Diệu Hữu cũng chính là "Thật Tướng" của toàn thể các "Sắc Tướng" đang Hiện Hữu… ở ngay trong trong Vũ Trụ Vạn Vật.

Đặc biệt còn thể hiện được nghĩa tối thượng của câu Kinh Hoa Nghiêm:
"Nhất Thiết Duy Tâm Tạo", để chứng minh về Vũ Trụ Vạn Vật cũng là toàn thể các "Sắc Tướng" đang hiện hữu do đâu mà có?

Câu Kinh:
Vạn Pháp Duy Tâm

Tức:

"Sắc" là do Tâm Tạo

Thì:

Phật Tính (là Tâm) chính là **Sắc**, và **Sắc** cũng chính là **"Thân"** đang hiện hữu của chúng ta.

Phật Tính (là Tâm) chính là tất cả **Vạn Pháp** cũng chính là **Vũ Trụ Vạn Vật**

"Không" cũng do **Tâm** Tạo

"Không Tích Cực" ở đây chính là **"Phật Tâm"** đang hiện hữu của chúng ta, đồng thời "Không Tích Cực" ở đây hiểu theo "NGHĨA NGƯỢC" của : **"Chân Lý Sắc/Không"** trong **Bát Nhã Tâm Kinh**

Thì:

Không chính là Sắc

- **Không Tích Cực** này là **"Phật Tâm"** của Chúng Sinh
- **Sắc Tích Cực** này là **"Thân"** của Chúng Sinh Và: **"Sắc"** cũng là **Vạn Sắc Tướng** đang hiện hữu

Vậy có nghĩa: "**Tâm**" là toàn thể các "**Sắc Tướng**"
Và toàn thể các **Sắc Tướng** đều là :
"**Siêu Việt Pháp Thân**"! "**Siêu Việt Phân Thân**"!
cũng chính là "**Siêu Việt toàn thể Vũ Trụ Vạn Vật**"!
trong đó có **Sắc/Thân** chúng ta, vì chúng ta cũng là **Sắc Tướng**.

Pháp Giới Tính chính là **Vạn Pháp**
Bát Nhã Tính chính là **Vạn Pháp**

Ít có ai để ý phần "**HIỂU SUÔI**" và phần "**HIỂU NGƯỢC**" của đoạn Kinh sâu sắc ở trên!
Đoạn Kinh này chính là phần thậm thâm tối quan trọng, đã chỉ dậy chúng ta một cách rốt ráo về sự **Chứng Ngộ** của toàn thể các **Sắc Tướng** trong Vũ Trụ Vạn Vật! Sự "**Chứng Ngộ Pháp Thân**"!
Sự "**ChứngNgộ Vạn Pháp**"! Và cũng chính là sự "**Chứng Ngộ Sắc Thân**" của chúng ta.

Tại đây tôi xin được nhắc lại, khi chúng ta "**HIỂU NGƯỢC**" về đoạn Kinh này theo **Chân Lý Sắc/Không**! Thì toàn thể đoạn Kinh đều ở nghĩa **Tích Cực**! Tức nghĩa **Tối Thượng Siêu Việt**! Và nhất là lại được thêm câu **Kinh "Siêu Việt Sắc/Không"** dưới đây, ở ngay đoạn đầu của bài **Kinh Bát Nhã**, đó là câu Kinh thiết thực, chứng minh về **Tính Không** chính là **Thân/Tâm**, là toàn thể các **Sắc Tướng** trong Vũ Trụ vạn vật:

Không bất dị **Sắc** (**Không** là **Sắc**)
Không tức thị **Sắc** (**Không** tức là **Sắc**)
Không chính là **Sắc**

Sắc/Không chẳng phải là Hai
⬇   ⬇
Do vậy: **Thân Tâm** chỉ là **Một**

Câu Kinh Siêu Việt này là cốt tủy của Vạn Pháp… để căn cứ… để chứng minh một cách rốt ráo về phần "**SỰ**" là phần "**THÂN**" của chúng ta! Cũng là toàn thể **Pháp Thân**, toàn thể **Phân Thân** của **Vạn Pháp hiện hữu**! Thì với "**Tính Không Tích Cực**" trong suốt đoạn Kinh này… đã tự động ôm trọn tất cả mọi phương tiện, mọi Pháp Môn … tại ngay đây.

Câu Kinh tuyệt đối Siêu Việt này, chẳng khác gì liều thuốc vi diệu, nhiệm mầu đã khiến chúng ta hiểu rốt ráo hơn về **Bát Nhã Tâm Kinh**! Đồng thời cũng chính câu Kinh này đã phù hợp với đoạn Kinh sâu sắc được hiểu **NGƯỢC LẠI** theo "**Chân Lý Sắc/Không**" ở trên! Đã làm rõ nghĩa tối thượng hơn, và cũng là để chứng minh một cách tuyệt siêu về toàn thể vạn vạn "**Sắc Tướng**" ở Thế Gian đều là sự nhiệm mầu **Diệu Hữu** của **Bát Nhã Tính** hiện hữu!

Nói cách Khác:

Bát Nhã Tính Không đều là Toàn Thể các **Sắc Tướng Siêu Việt** đang hiện hữu!
Cũng chính là "**Thật Tướng Bát Nhã**" với nghĩa Sắc/Không là **MỘT**.

Do đó:
Nếu chúng ta chỉ chấp phần **Vô Tướng**: (**Bát Nhã Tính**), và bỏ đi phần **Hữu Tướng** (Phần các **Sắc**)! là không đúng y chỉ của Bát Nhã.

Hoặc ngược lại :
Chúng ta chỉ chấp phần **Hữu Tướng** (các **Sắc**) mà bỏ đi phần **Vô Tướng** (**Bát Nhã Tính**)! Cũng không đúng y chỉ của Bát Nhã!

Nếu cứ bướng bỉnh mà chấp như vậy, thì chúng ta đều bị rơi ngay vào cái chấp Có, chấp Không, của Nhị Biên Tương Đối! tức là rơi vào cái Có/ Không Tiêu Cực của Đoạn Diệt! Và, nếu chúng ta cứ chấp như thế! Thì không thể nào được gọi là: "**Thật Tướng Bát Nhã**"! Cũng là chúng ta chẳng hiểu gì về **Bát Nhã Tính** cả.

Tóm lại:

- Về nghĩa tối thượng của đoạn Kinh đặc biệt quan trọng ở trên đã được Lý Giải:
Với **NGHĨA SUÔI** của "Chân Lý Sắc/Không" trong Bát Nhã Tâm Kinh là "**PHẦN LÝ**", tức là "**PHẦN TÂM**".

- Lý Giải với **NGHĨA NGƯỢC** của "Chân Lý-Sắc/Không" trong Bát Nhã Tâm Kinh là "**PHẦN SỰ**", tức là "**PHẦN THÂN**"

Hai phần Lý Giải trên đây, đã khiến chúng ta hiểu trọn vẹn Chân Thật Nghĩa của toàn thể bài: "**Kinh Bát Nhã**":

- Khi chúng ta hiểu "**SUÔI**", thì: Toàn thể "Bài Kinh Bát Nhã" đều là "Tính Không"! đều là "Bát Nhã Tính"! đều là "Phật Tính"! đều là "**PHẬT TÂM**" của chúng ta, và của toàn thể Vũ Trụ Vạn Vật.

- Khi chúng ta hiểu **NGƯỢC LẠI**, thì toàn thể Bài Kinh Bát Nhã:

đều là Sắc Tướng Siêu Việt!
đều là Vạn Pháp Siêu Việt!
đều là PhápThân Siêu Việt!
đều là Phân Thân Siêu Việt!
cũng đều là các Pháp Môn Siêu Việt và:

Và "**SẮC THÂN Siêu Việt**" của chúng ta.

Thật là đúng với nghĩa của:

Bát Nhã Ba La Mật Đa Tâm Kinh.

Vạn Pháp đều là:

Chân Không Diệu Hữu
Diệu Hữu Chân Không
Tính/ Tướng đều là sự "vi diệu, nhiệm mầu"

Chứ không phải là Cái Không Tiêu Cực đoạn diệt! Như mọi người chúng ta, đa số đều lầm lẫn giữa

Tính Không và **Cái Không**:

- **Tính Không** là **Phật Tính**! Tự động có Sự Vi Diệu là: **Tính Thấy, Tính Nghe, Tính- Nhận- Biết** …trong Kinh gọi là **"Phật Tâm"**.

- **Cái Không** là "cái Không Ngơ"! Là "cái Không-rỗng", chẳng có gì cả! Trong Kinh gọi là **"Cái Tâm Vô Minh"**, chính là cái "Không Đoạn Diệt" của Sinh-Tử! và nó chính là cái "Tâm Nhị Biên Tương-Đối"! **Tâm** này hoàn toàn khác với **Tính Không** của **Bát Nhã Tính**.

Ngoài ra, chúng ta lại còn hiểu lầm về toàn thể các **Sắc Tướng** trong **Vũ Trụ Vạn Vật**… đều là Vô Thường! Đều là Cái Không Tiêu Cực của Đoạn Diệt! và chúng ta còn gọi nơi đó là **Cõi Sa Bà** và đổ tội cho cõi này chỉ toàn là khổ đau! nên chán ghét nó.

Với các vị đã hiểu Đạo ở một mức nào đó, thì chấp tất cả Vũ Trụ Vạn Vật này đều là "Vô Thường", tức là nghĩa của "Tiêu Cực Đoạn Diệt"! Và các vị này đều chỉ quan trọng có cái **Tâm**, và bỏ đi cái **Thân**! Để rồi đưa cái **Tâm** ấy về một nơi an lạc nào đó, gọi là "Niết Bàn Diệu Tâm"!

Nhưng, với các vị đã Ngộ Đạo cao hơn, vì các Ngài đã nhận biết được mình là Ai! Và cũng đã nhận biết được Vũ Trụ Vạn Vật là gì! Thì hầu hết các Ngài đều sửng sốt giống như Lục Tổ, khi ngộ Đạo, Ngài đã thốt lên:

Đâu ngờ, Tự Tính vốn tự thanh tịnh

Đâu ngờ, Tự Tính vốn chẳng sinh diệt

Đâu ngờ, Tự Tính vốn tự đầy đủ

Đâu ngờ, Tự Tính vốn chẳng lay động

Đâu ngờ, Tự Tính hay sinh vạn Pháp!

Nghĩa của Lục Tổ cũng chẳng khác gì nghĩa trong Kinh của Đức Phật đã dậy:

"Toàn thể các **SắcTướng** cũng là
Toàn Thể Các Pháp
trong Vũ Trụ hiện hữu đều là:
Chân Không Diệu Hữu"

Diệu Hữu không thể nào rời **Chân Không**
Chân Không không thể nào rời **Diệu Hữu**!

Diệu Hữu chính là **Dụng** của **Chân Không**
Chân Không chính là **Thể** của **Diệu Hữu**

Bởi **Diệu Hữu** chính là các **Sắc Tướng** được hóa hiện do **Chân Không**, cho nên trong Kinh **Bát Nhã** mới dậy rằng:

Sắc chính là **Không**
Không chính là **Sắc**

Diệu Nghĩa của "**Sắc**" trong hai câu Kinh trên như sau:

Sắc" là **Diệu Hữu**, chính là những gì có hình tướng
"**Sắc**" là **Diệu Hữu**, chính là <u>**Thân**</u> của chúng ta
"**Sắc**" là **Diệu Hữu**, chính là **Vũ Trụ Vạn Vật**
đang hiện hữu

Diệu Nghĩa của "**Không**" trong hai câu Kinh trên như sau:

"**Không**" là **Tính Không**
"**Không**" là **Bát Nhã Tính**   } **TÂM** của chúng ta
"**Không**" là **Chân Không**

"**Không**" ở đây chính là "**Chân Không Diệu Hữu**"!
-
Do lẽ đó, Toàn Thể Vũ Trụ Vạn Vật chính là "**Diệu Hữu Nhiệm Mầu**" của "**Bát Nhã Tính, Phật Tính, Tính Không, Chân Không**" hóa hiện, hiện hóa… Cho nên mới gọi là:

Chân Không Diệu Hữu (Chân Không là Tâm)
Diệu Hữu Chân Không (Diệu Hữu là Thân)

> **Diệu Hữu** chẳng rời **Chân Không**,
> **Chân Không** chẳng rời **Diệu Hữu**!

Và, đó chính là **Cảnh Giới Siêu Việt Sắc/Không** hiện hữu trước mắt! Vì vậy mà nơi nào có toàn là: "**Sắc**", có toàn là: "**Không**" thì mới thể hiện được "**Bát Nhã Tính Không**" cũng chính là "**Thật Tướng Bát Nhã**": và mới trọn vẹn được nghĩa tối thượng của **Bát Nhã Tính**! Nếu chúng ta hiểu được như thế, thì mới có đủ tư cách nói rằng:

> **Sắc/Không** chỉ là **Một**
> **Tính/Tướng** chẳng phải là **Hai**

Và, vẫn y chỉ ở nghĩa đó mà: **Thọ, Tưởng, Hành, Thức** cũng không thể nào ra ngoài được nghĩa **Sắc/ Không**! Y như sự Lý Giải ở trên:

✓ **Thọ, Tưởng, Hành, Thức** chính là **Tính Không**
  Tính Không chính là **Thọ, Tưởng, Hành, Thức**

  Diệu Hữu chính là **Thọ, Tưởng, Hành, Thức** của
  Tính Không (Chân Không)
  Tính Không (Chân Không) chính là **Diệu Hữu** của
  Thọ, Tưởng, Hành,Thức.

✓ **Tướng** chính là **Tính, Tính** chính là **Tướng**

  Diệu Hữu chính là **Tướng** của **Tính Không**
  (Chân Không)
  Tính Không (Chân Không) chính là
  Diệu Hữu Tướng

✓ **Thân** chính là **Tâm, Tâm** chính là **Thân**
  Diệu Hữu chính là **Thân** của **"Tâm"** (Chân-Không)
  Tâm (Chân Không) là **Thân Diệu Hữu**

✓ **Vũ Trụ Vạn Vật** chính là **Tính Không**
  Tính Không chính là **Vũ Trụ Vạn Vật**

  Diệu Hữu chính là **Vũ Trụ Vạn Vật** của
  Tính Không (Chân Không)
  Tính Không (Chân Không) là **Diệu Hữu**,
      là **Vũ Trụ Vạn Vật**

Có như thế mới được gọi:

"Một là Tất Cả, Tất Cả là Một"

Và đương nhiên là:

Sắc/Không là Một
Tính/Tướng là Một
Thân/Tâm cũng là **Một**

Như vậy mới đích thị là :

Ma Ha Bát Nhã Ba La Mật Đa

Và tự động toàn thể Vũ Trụ Vạn Vật đều **vượt ra ngoài** mọi Nhị Biên Tương Đối, mọi số lượng, mọi danh từ, mọi lời nói, vượt cả Thời Gian lẫn Không Gian! Chỉ vì Vạn Pháp đều là:

Sự Hóa Hiện của **"Chân Như Phật Tính"**!

Nhưng chúng ta đừng vội hiểu lầm! mà Chấp Thật rằng: **Toàn thể Vạn Pháp** hiện hữu chỉ là **huyễn hóa**! chỉ là **"Tính Không"**! Chẳng có gì cả! Và tất cả vũ trụ, vạn vật hiện hữu đều chỉ là **Sắc Sắc… Không Không…** mà thôi! Cho nên có gì đâu mà bám, mà víu! Có gì đâu mà khóc, mà cười, mà lo, mà sợ! Nếu chúng ta chấp như thế thì lại không phải là Nghĩa Tối Thượng của **Bát Nhã Tính**!, không phải là nghĩa Siêu Việt, cũng không phải là nghĩa Vượt ra ngoài Có/Không, Thật/Giả của:

Bát Nhã Tính như thực, như hư …
Huyễn Hóa mà lại "là**Thật**"
"**Là Thật**" mà lại **Huyễn Hóa**

Trong thực tế **Bát Nhã Tính** thường hằng hiện hữu Siêu Việt... Việt Siêu... là vậy! chứ không phải là "**Cái Rỗng Không**"! chẳng có cái gì cả. Nếu chúng ta cứ ngoan cố, cứ hiểu rằng : **Bát Nhã Tính** là **Phật Tính** chỉ Thanh Tịnh và Tĩnh Lặng Tuyệt Đối thôi! Thì thiếu đi phần **Diệu-Hữu**! Là tự động bị lọt vào nghĩa của "Không-Ngơ" là nghĩa Đoạn Diệt Sinh Tử!

Bát Nhã Tính tuyệt đối nhiệm mầu! Cứ tự động ẩn mật, âm thầm hóa hiện muôn hình, vạn trạng là các **Sắc Tướng** hiện hữu chính là **Diệu Hữu**, là Vũ Trụ Vạn Vật hiện hữu, trong đó có chúng ta! Dù chúng ta tin, hay không tin! Thì **Bát Nhã Tính** vẫn cứ vận hành mãi như vậy.

Vâng, **Bát Nhã Tính** cứ tiếp diễn không hề ngưng nghỉ, dù chỉ một Sát Na! Mặc cho chúng ta có ngoan cố, có gàn dở, có chấp nhận, hay không chấp nhận, thì cũng chẳng ảnh hưởng gì đối với những cảnh giới vi diệu đó! Nó cứ ẩn mật, âm thầm mà diễn tiến như thế, như thế ...và nó cũng chẳng liên hệ, chẳng dính dáng gì đến cái "**Tâm-Niệm Nhị Biên tương đối**" hay đoán mò, và hay gán ghép của chúng ta, vì thế mà:

Vạn Vạn Pháp đều là:
A Nậu Đa La Tam Miệu Tam Bồ Đề

Vạn Vạn Pháp đều là:
Viên Mãn Chính Đẳng, Chính Giác

Tiếp theo đây:

Là phần Lý Giải trong đoạn cuối của Bài "Bát Nhã Tâm Kinh" cũng được hiểu y theo : "NGHĨA NGƯỢC" của "Chân Lý Sắc/Không":

Không Tức Thị Sắc

Tam Thế Chư Phật y Bát Nhã Ba La Mật Đa cố, đắc A Nậu Đa La Tam Miệu Tam Bồ Đề.
Cố tri Bát Nhã Ba La Mật Đa, thị Đại Thần Chú, thị Đại Minh Chú, thị Vô Thượng Chú, thị Vô Đẳng Đẳng Chú, năng trừ nhất thiết khổ, chân thật bất hư.
Cố thuyết Bát Nhã Ba La Mật Đa Chú, tức thuyết chú viết:

"Yết đế, yết đế, ba la yết đế, ba la tăng yết đế, Bồ Đề tát bà ha."

Tam Thế Chư Phật y Bát Nhã Ba La Mật Đa cố, đắc A Nậu Đa La Tam Miệu Tam Bồ Đề.

{ **Bát Nhã Tính** của Tam Thế chư Phật là **Bát Nhã Tính** của A Nậu Đa La Tam Miệu Tam Bồ Đề

⟶

{ **Bát Nhã Tính** của A Nậu Đa La Tam Miệu Tam Bồ Đề Chính là **Tam Thế chư Phật Đang hiện hữu!** Bởi: "Phật Pháp Không rời Thế Gian Pháp"

(**Tam Thế chư Phật** quá khứ, hiện tại, vị lai, đều y chỉ Tu theo: "**Bát Nhã Ba La Mật Đa**" cho nên đều đắc:

   A Nậu Đa La Tam MiệuTam Bồ Đề

tức là đắc:

   Chính Đẳng Chính Giác)

Cố tri Bát Nhã Ba La Mật Đa:
thị Đại Thần Chú,
thị Đại Minh Chú,
thị Vô Thượng Chú,
thị Vô Đẳng Đẳng Chú

{ Bát Nhã Tính của :
Thị Đại Thần Chú,
Thị Đại Minh Chú
Thị Vô Thượng Chú
Thị Vô Đẳng Đẳng Chú ➡
Là Bát Nhã Tính của
Năng Trừ Nhất Thiết
Khổ, Chân Thật Bất Hư

{ Bát Nhã Tính của
Năng Trừ Nhất Thiết
Khổ, Chân Thật Bất Hư.
Chính là
Thị Đại Thần Chú,
Thị Đại Minh Chú
Thị Vô Thượng Chú
Thị Vô Đẳng Đẳng Chú

Chúng ta học **Bát Nhã Tâm Kinh** là học về Pháp Môn **Niêm Hoa Thị Chúng** của Đức Phật. Thì nên hiểu thật rốt ráo về **Bát NhãTâm Kinh**! Mà muốn hiểu tường tận về **Bát Nhã Tâm Kinh**, thì phải nhờ vào Năng Lực Công Phu của chính mình, thì mới hiểu nổi nghĩa tối thượng của **Bát Nhã Tâm Kinh** là gì? Còn ngoài năng lực của Công Phu mà chúng ta chỉ đoán mò, thì không thể nào đạt được kết quả mong muốn, là trừ được:

"**Nhất Thiết Khổ, chân thật bất hư**".

Và xin thưa, chỉ khi nào chúng ta thật sự thậm thâm, hiểu được rốt ráo về "**LÝ**" cũng như về "**SỰ**" của **Bát Nhã Tính**! Thì lúc bấy giờ, chúng ta mới có thể tụng Thần Chú hoặc niệm Thần Chú với sự hữu hiệu nhiệm mầu như ý muốn của mình! Chỉ vì sự hữu hiệu là do **Năng Lực của Tâm Thanh Tịnh** chứ không phải là do **Câu Chú**!

Cố thuyết Bát Nhã Ba La Mật Đa Chú, tức thuyết chú viết:

"**Yết đế, yết đế ba la, yết đế Ba La Tăng, yết đế Bồ Đề Tát Bà Ha**"

Khai Thị 49 ngày
Những Ai Có Thân Trung Ấm Sau Khi Chết?

Thân Trung Ấm là giai đoạn chờ đợi chuyển tiếp của Thần Thức (Tâm Thức) từ Thân này qua một Thân khác. Nói rõ hơn là sự chờ đợi chuyển Tâm Thức của Thân hiện tại mới chết, qua một Thân vị lai là Thân tái sinh.

Có rất nhiều giả thuyết về "**Thân Trung Ấm**":

Giáo phái này, không tin là có Thân Trung Ấm, mà tin rằng chết nơi này là sẽ tức khắc thọ sinh ngay nơi khác. Giáo phái nọ, lại cho là Thân Trung Ấm không phải chỉ giới hạn trong vòng bốn mươi chín ngày, mà là thời gian vô hạn định.

Theo:

Luận sư Thế Hữu thì: Thân Trung Ấm chỉ tồn tại một tuần, nó chết đi, chết lại hàng tuần.

Luận sư Thiết Ma Đạt Sư thì: Thân Trung Ấm tồn tại bốn mươi chín ngày.

Luận sư Pháp Cửu thì: Thân Trung Ấm tồn tại không hạn chế thời gian.

Thật ra không phải ai cũng có Thiện/ Ác bằng nhau, nghĩa là 50 Thiện và 50 Ác mới gọi là

"Thân Trung Ấm"! Mà trái lại, thì tất cả những vị đã bị an bài ở trong cảnh "Vô Sắc Giới", trong " Âm-Cảnh" như: Các vị ở trong "Địa Ngục", các vị "A Tu La", các vị "Ngã Quỉ" và "Ma" … có nghĩa là toàn thể những vị Vô Hình, Vô Tướng ấy đều có Thân Trung Ấm vô hạn định… Cho nên mãi mãi họ vẫn cần có những "Thiện Tri Thức" ban cho họ những "Lời Khai Thị", bằng "Chính Pháp" của Đức Phật! Đấy là lý do mà họ cứ phải chờ đợi để được Khai Thị mãi là như thế … Họ cần được Nghe những lời Khai Thị cho đến khi nào hội đủ Thiện Duyên, để rồi trong một lúc nào đó, họ chợt hiểu và thấm được những lời đang Khai Thị chân chính ấy, thì tự động họ được đi tái sinh ngay lập tức, ở một nơi đã an bài tương ứng với Nhân Quả của họ.

Chúng ta đừng quên là những ai có "Thân Trung-Ấm", thì trước khi tái sinh, dĩ nhiên phải mang một cái Thân tạm gọi là *"Thân không vật chất"*. Nó có nhiều tên, ở đây xin được nhắc lại và diễn nghĩa rõ ràng hơn về những tên của nó:

Thân Trung Ấm là cái Thân sau khi chết đang chờ để đi tái sinh (giai đoạn chết rồi và đang chờ để đi đầu thai). Thân này đang ở Âm Cảnh, tức là Thân ở giữa: lúc cái này chết, cái kia sinh. Nó còn được gọi là Thân Trung Gian, tức là nó ở sau:
Thân Tiền Ấm và trước Thân Hậu Ấm.

Thân Tiền Ấm là Thân trước khi đi đầu thai, tức là cái Thân mới chết đang chờ đợi để được định đoạt số phận.

Thân Hậu Ấm là Thân đã sẵn sàng để đi tái sinh

Còn sau khi đã đi đầu thai rồi, là thân hiện hữu trong kiếp người hiện tại của chúng ta, thì có tới Năm Ấm (Ngũ Ấm)

Thân Trung Hữu là kết quả nghiệp báo của nửa thiện nửa ác, dù chúng ta tin hay không tin! Thì "Thân Trung Ấm" ấy vẫn cứ tiếp diễn như vậy, nên mới gọi là "Thân Trung Hữu". (Cũng vẫn là cái Thân sau khi chết rồi và đang chờ để đi tái sinh).

Thân Hương Ấm là cái Thần Thức, tạm gọi là Vô-Tướng, tuy chỉ có một chút xíu vật chất thôi, cũng là chưa tuyệt đối thanh tịnh, nên vẫn còn tập khí thế-gian! Do đó, nó vẫn cần nuôi dưỡng cái Thân-Vô Tướng của nó, bằng những hương vị của thức ăn, vì vậy mà gọi là "Thân Hương Ấm".

Theo Kinh Lăng Nghiêm, Đức Phật dậy về "Thân-Vô Tướng", cũng là cái "Tâm Thức", tức "Thức-Số Tám" là Sức Sống của con người như sau:

Cái Thân Vô Tướng này được cấu tạo bởi các chất liệu vi tế nhất của "Tịnh Sắc Căn", tức là "Tịnh-Sắc" của các "Căn Thân", bao gồm cả "Thất Đại: Đất, Nước, Gió, Lửa, Không, Kiến và Thức". Tịnh- Sắc Căn này chỉ tạm gọi là Phi Vật Chất, nên chưa tuyệt đối thanh tịnh!

Vì nó còn một chút xíu vật chất, dù là phần vật chất ấy rất nhỏ, nhuyễn như tơ trời, tựa như Hư-Không, mà Hư Không thì cũng vẫn còn là vật chất! Sự tái sinh, tồn tại của nó cứ tiếp diễn không ngừng nghỉ… Khi đầu thai thì nó vào trước, và khi chết thì nó ra sau cùng. Cái công dụng của nó, cũng là Giác Quan vô cùng bén nhạy. Nó có thể đọc được tư tưởng của các Thân Trung Ấm khác, và cả tư tưởng của chúng ta. Nó có thể đi xuyên qua tường, qua núi mà không bị trở ngại! Sự đến/đi trong nháy mắt, và sự Thấy, Nghe, Hay Biết của nó thấu suốt vũ trụ. Đó cũng là một loại "Thần-Thông", nhưng chỉ là "Nghiệp Thông", gần như vô ngại thôi! Cho dù nó có thể đi xuyên qua đầu, và đọc được ý nghĩ của chúng ta… nhưng nó vẫn không thể đi xuyên qua đầu của những vị đã Giác Ngộ, chứ nói gì là Tòa Kim Cương của chư Phật, chư Tổ! Và cũng vì là "Thân Phi Vật Chất" chưa hoàn hảo, bởi còn một "chút xíu vật chất" như thế! Dù chỉ tựa như Hư Không, cũng vẫn còn những tập khí phàm phu của Thế Gian, nên nó vẫn chấp thật mọi cảnh, mọi sự… Do đó, nó vẫn cần ăn, vẫn tính toán, buồn vui, thương tiếc, khổ đau, chấp chước, nhất là khi biết mình đã chết!

Trong ba tuần lễ đầu, người chết vô cùng luyến tiếc Thân Mạng mình, thương nhớ gia đình, tiếc danh-vọng và tài sản. Thêm cái khổ đau nữa là "Thân-Trung Ấm" vẫn: thấy, nghe và giao tiếp với người thân; Họ cảm thấy bình thường như lúc còn sống... nhưng khi họ cầm tay hỏi han chúng ta! nói chuyện với chúng ta! thì chúng ta lại không hề hay biết gì cả! Họ đi thăm từng nơi trong nhà, và dùng những đồ dùng hàng ngày của họ, nhưng không dùng được! Nhìn vào gương thì không thấy bóng mình đâu cả, nên càng biết rõ là mình đã chết! Do đó mà đau thương, thống khổ! Vì mặc cảm, vì bất lực, nên hoảng hốt, bứt rứt, lo lắng, cáu kỉnh, giận dữ và vô cùng sợ hãi! Họ cần chúng ta giúp đỡ, hộ niệm bằng những câu Kinh Liễu Nghĩa dễ hiểu, những lời Khai-Thị thật rốt ráo, chân chính, để hướng dẫn việc tái sinh cho họ.

Cái Thân Trung Ấm vô tướng rất vi tế, bén nhậy ấy, tuy là chấp chước! nhưng ít vô minh hơn chúng ta rất nhiều, vì nó không còn bị cái ù lì, là cái thô của Tứ Đại ngăn che! Cho nên: ai nói phải, nói trái, ai thanh tịnh, ai ô nhiễm, ai thương thật, ai thương giả, ai khóc thật, ai khóc giả, và tang chế làm ra sao, to nhỏ như thế nào, ai thăm, ai viếng họ đều rõ biết từng chi tiết...

Vì thế mà trong "ba tuần lễ đầu" của người chết vô cùng quan trọng. Thời điểm này họ gắn bó mật thiết với chúng ta, nên đi đi, về về thăm viếng nhà cửa và những người thân, ngay cả họ hàng, bạn bè... Còn "bốn tuần lễ sau", thì họ bận rộn tìm liên lạc với cha mẹ vị lai. Hiểu như thế mà thương họ; cho nên trong thời gian của ba tuần lễ đầu này, chúng ta cần giúp đỡ, là hộ niệm tối đa bằng cách có Thiện Tri Thức khai thị càng nhiều càng tốt. Công việc hộ niệm không ngoài mục đích để trấn an cho họ hết hoang mang, hết lo sợ, hết giận dữ, và nhất là nhấn mạnh để họ biết chắc là họ không có chết, cũng như đang được hướng dẫn việc tái sinh.

Khi đã gặp đầy đủ nhân duyên tốt/ xấu. thiện/ ác tương ứng với nghiệp quả, là họ đi thọ sinh bất cứ lúc nào trong vòng bốn mươi chín ngày, hay thời gian vô hạn định! Và khi đã nằm trong thai mẹ, là không còn đi đâu được nữa, dù tính chất quá bén nhậy của họ luôn luôn lăng xăng, di động, không hề chịu đứng yên bao giờ!

Nếu chúng ta không muốn có Thân Trung Ấm nữa, thì phải đi đúng Chân Lý của Đức Phật. Và bây giờ để cứu Thân Trung Ấm, chúng ta hãy nghe những Lời Khai Thị qua Bát Nhã Tâm Kinh như sau là:

Khai Thị I
Qua Bát Nhã Tâm Kinh

Đức Phật dậy:

"Toàn thể vũ trụ vạn vật đều là "Vô Thường, nên đương nhiên thân thể của chúng ta cũng Vô Thường!"

Nhưng trong cái Vô Thường này, lại tự động (automatic) đã có cái **"Thường Hằng Bất Biến"** đang hiện hữu.

Thưa cụ, thưa ông, bà, chú, bác, v.v ...

Cái "Thường Hằng Bất Biến" là: "**Tâm**", là "Tính Không", là "Bát Nhã Tính", là "Phật Tính". Còn là cái "Vô Thường là "**Thân**" của chúng ta.

Hai cái *"Thường/Vô Thường"* không hề rời nhau bao giờ, cho nên cái *Thường/Vô Thường* là MỘT.

Cũng: chẳng khác gì đồng tiền phải có 2 mặt mới là đồng tiền.

Và: Trong "Bát Nhã Tâm Kinh" Đức Phật cũng dậy y như thế:

Sắc chính là **Không**
Không chính là **Sắc**

Sắc là cái **Thân** của chúng ta
Không là **Tâm** của chúng ta

Mà "**Sắc**" đã không hề rời được "**Không**" và "**Không**" cũng chẳng hề rời được "**Sắc**", Nên tự động **Sắc / Không** là **MỘT**.

Do lẽ đó:

Thân cũng chẳng hề rời được **Tâm**
Tâm cũng chẳng hề rời được **Thân**

Vậy:

Thân/Tâm là MỘT

Cho nên khi chúng ta nằm xuống như thế:

Nếu chúng ta chỉ quan trọng có cái "**Tâm**" thôi, nên cố tình làm sao đem cái "**Tâm**" về cho được nơi "**Thường Hằng Vĩnh Cửu**" tức là nơi "**Vô Tướng Vĩnh Cửu**", thì chúng ta sẽ ở trong tình trạng:

Hữu Trí mà Vô Thân
(tức chỉ có "Tâm" mà không có "Thân")

Như vậy là đi ngược lại với Chân Lý Bát Nhã:

Sắc/Không là **MỘT**
Vô Thường/Thường Hằng là **MỘT**
Thì : **Thân/Tâm** cũng là **MỘT**

Vì vậy mà (cụ ông, bà, cô, cậu v. v...) đương nhiên là phải có ngay một **Thân** khác với **Sáu Căn**, để có đủ cả **Thân lẫn Tâm**.

- Tức là phải có cả: **Hữu Trí lẫn Hữu Thân**
- Cũng là phải có cả: **Thân lẫn Tâm**

Mới đúng y chỉ của "Chân Lý Bát Nhã".

Và, thưa quí vị: nếu đã là "Thân Tâm Bát Nhã"! Thì có bao giờ chết đâu, mà chúng ta lại chấp là chết! chẳng qua, chúng ta chỉ liên tục chuyển tiếp sang một Thân khác tươi mát hơn mà thôi.

Khai Thị II
Qua Bát Nhã Tâm Kinh

Bát Nhã Tâm Kinh dậy:

Phật Tính tự có 4 Đặc Tính
- **Tự Tính Không:** nên Vô Thỉ/ Vô Sinh (Không có cái bắt đầu, cũng không có cái cuối cùng).
- **Tự Tính Bất Nhị:** Nên không có "Nhị Biên Tương Đối": đúng/sai; phải/trái; giầu/nghèo, sang/hèn; giỏi/dốt; sinh/tử.
- **Tự Tính Vô Sinh:** Nên Bất Sinh/Bất Diệt
- **Tự Tính Ly:** Nên không có cái gì vướng mắc, dinh dáng nó được. Do vậy mà nói: không danh, không lợi, không vướng quyền thế cao sang, không ích kỷ ghét ghen, ác độc, mưu mô, thủ đoạn v.v...

Đó là **Phật Tính, Tâm Phật,** chúng ta ai cũng có "**Tâm**" này.

Bát Nhã Tâm Kinh dậy:

"Sắc" là "Thân"
"Không" là "Tâm" ⬅ {
  { Sắc tức thị **Không**
  { **Không** tức thị **Sắc**.
  { **Sắc** chính là **Không**
  { **Không** chính là **Sắc**.

Vậy: {
  Sắc/Không là "Một"
  Thân/Tâm cũng là "Một"

Ngoài ra "**Sắc**" còn là mọi "Hình Tướng /Vô Tướng" của muôn loài, muôn vật, của toàn thể vũ trụ, vạn vật, cũng là của chúng ta, đều cùng đồng một nghĩa như mới nói ở trên ...

"**Sắc**" không hề rời "**Không**"!
"**Thân**" không hề rời "**Tâm**"!

Có như thế mới đúng là "**Thật Tướng Bát Nhã**".
"Phật Tính".
Đã là Phật Tính thì:

Sắc/Không
Thân/Tâm } Đều bất sinh, bất diệt

Do đó, mà Đức Phật dậy rằng:

"Phật pháp không rời Thế Gian Pháp"

Và, Vạn Pháp đều: "Không Đến/ Không Đi" mới là:

"**Bát Nhã Tính**"

Đã là **Bát Nhã Tính**, đã là **Phật Tính**, đã là **Như-Lai!** thì làm gì mà có "**Không Gian**" và có "**Thời-Gian**":

- Vì không có "**Không Gian**", cho nên, không có chỗ để Đến với Đi.
- Và vì không có "**Thời Gian**", cho nên, không có chỗ nào là Đoạn, là Diệt cả!

Vậy chúng ta đi đâu? về đâu?

Nếu chúng ta cứ ngoan cố, không tin "**Chân Lý Bát Nhã**", không tin "**Nhân Quả**", mà cứ khăng khăng "Chấp Thật/Chấp Giả" để rồi, sau khi Chết, thì cố gắng làm sao, để chỉ đem cái "Tâm-Linh" của mình về nơi Vô Tướng, là nơi an lạc! Chấp như thế, là vô tình chúng ta đã đi ngược lại với "**Chân Lý Bát Nhã**"! Tức là: Chúng ta luôn luôn ôm trọn cái "Tâm Thức Nhị Biên Tương Đối":
"**Có** với **Không**, **Thật** với **Giả**, **Sống** với **Chết**!"

Vì vậy mà, về nơi Vô Tướng là chỉ có "**Tâm**" mà không có "**Thân**", thì không phải là **Bát Nhã**.

- Còn ở đây, mà chúng ta cứ đầy si mê chấp cái này, cầu cái kia, là chỉ có "**Thân**" mà không có "**Tâm**",
- thì cũng không phải là **Bát Nhã**!

Phải chăng chỗ nào có toàn là "**Sắc**" và toàn là "**Không**" thì mới đúng là **Bát Nhã Tính**.

Muốn Y Chỉ **Bát Nhã** là không bao giờ để mất đi "Thân Người", ngoài "Thân Người", chúng ta không thể hiểu được "**Chân Lý Bát Nhã**", thì đời đời, kiếp kiếp sẽ, ngụp lặn mãi trong "Sinh Tử Luân Hồi". Vậy, khi chúng ta đọc kinh Bát Nhã có những lợi ích gì?

Xin thưa,:
Chỉ có lợi ích là, khi nào chúng ta hiểu được Kinh, để mà ứng dụng những lời Kinh ấy, trong từng giây, từng phút, từng Sát Na… trong đời sống hàng ngày của chúng ta… thì: "**Chân Lý Thường Hằng**" sẽ thể hiện ngay nơi **Thân/Tâm** hiện hữu! và cũng sẽ thể hiện đầy đủ "**Thân/Tâm Sắc/Không**", cũng là "**Thân/Tâm Bát Nhã**" trong tương lai … để không bao giờ mất cái **Thân Làm Người**, để mà tu tiếp, và đương nhiên, chúng ta không bao giờ còn đi vào "Sinh Tử Luân Hồi" nữa.

Học và Thực Hành Bát Nhã I
(Pháp Môn Vô Lượng Thề Nguyện Học)

Chúng ta khi nói đến Phật Pháp, là phải nói đến **Trí Tuệ Bát Nhã**. Trí Tuệ này vốn tự có trong tất cả mọi người chúng ta, nhưng chỉ vì Si Mê, nên chúng ta không nhận ra mà thôi! Mặc dầu chúng ta cố tình nghiên cứu về **Bát Nhã Tâm Kinh**.

Dù chúng ta là ai chăng nữa: Là người xuất gia, hay người tại gia… chúng ta đều đã tụng **Kinh Bát Nhã** hàng ngày…, nên cũng có rất nhiều người đã thuộc lòng! từng câu trong Kinh Bát Nhã, nhưng vẫn không thể nào nhận ra "**Thân Tâm Bát Nhã**" của mình là gì, thì điều đó đã đành! Nhưng có điều rất ngạc nhiên là nhiều người tuy đã tu theo **Bát Nhã** rất lâu, và không những là các vị ấy đã thuộc Kinh, mà lại còn hiểu khá tường tận về **Kinh** này, thì dĩ nhiên, là họ cũng đã ngộ một phần nào về "**Thân Tâm Bát-Nhã**", nhưng về vấn đề thực hành **Bát Nhã** thì rất lạ! Họ đi ngược lại với "Chân Lý" mà họ đã ngộ! Họ đã thực hành **Bát Nhã** một cách lơ là, chểnh mảng! Chỉ vì, họ chấp thật là mình đã" giác ngộ rồi"! cho nên họ trở nên cao ngạo, đầy dẫy "Ego" (Ngã), và mọi Tập Khí: Tham, Sân, Si, Ác Độc, Hơn Thua, Tranh Chấp v.v.. lại còn tăng hơn gấp bội, so với lúc chưa "giác ngộ"! Bởi họ tự cho mình là hơn hết tất cả mọi người, và có khi còn hơn cả Phật nữa! Vì Phật không có được những Kiến Thức đi kịp với thế hệ văn minh, đầy sáng tạo, hợp thời của đời sống hiện tại mà họ đang có! Cho nên, vô tình họ đã sống trong sự tranh đua: Nào hơn với kém, nào thấp với cao, nào giỏi với dốt v.v… của "Ego"! Họ đã quên mất **Thân Tâm Bát Nhã** là tự động (automatic) **Chân, Thiện, Mỹ, Vô Ngã**! Nếu đã là **Vô Ngã** thì dĩ nhiên chỉ có sự thanh tịnh, từ bi, hỷ xả, khiêm cung, đức độ, siêng năng, và luôn luôn có ân, có nghĩa, có thủy, có chung và chẳng lúc nào quên được câu Kinh :

"Pháp Môn vô lượng thề nguyện học"

Trong thực tế, để tiến tu và đi đến Giác Ngộ Viên-Mãn, lý do rất chính đáng, là chúng ta phải hoàn hảo cả "**Lý**" lẫn "**Sự**", về tất cả mọi mặt …mới độ được chúng sinh ! Còn nếu chúng ta cứ đầy ô nhiễm, "Ego" cứ cao hơn núi như thế! Thì còn có rất nhiều người tuy "chưa giác ngộ", mà họ còn giỏi và đức độ hơn chúng ta rất nhiều.

Khi chúng ta đã Tu, và thực hành theo đường lối **Bát Nhã** của Đức Phật, thì chẳng ai lại không biết câu:

"Kiến Tính mới khởi Tu"

Thế mà, có những người tuy đã "Kiến Tính", lại rơi vào tình trạng rất tệ hại như tôi mới trình bày ở trên, thật là đáng buồn! và tiếc thay cho các vị ấy, đã tốn biết bao nhiêu thời gian, bao xương máu, cả công lẫn của, để rồi được hai chữ "Ô Hô"!

Lục Tổ đã dậy:

"Bất cứ nơi nào, bất cứ lúc nào, niệm niệm chẳng ngu muội (tức là chẳng chấp thật), thì đó là chúng ta đang thực hành đúng với **Trí Tuệ Bát Nhã**, cũng là **Hạnh Bát Nhã!**

Và Ngài dậy tiếp theo với những câu Kinh:
- Một niệm ngu muội hiện, là "chấp thật" thì Bát Nhã tuyệt!
- Một niệm Trí Tuệ hiện, thì Bát Nhã sinh.

- Niệm trước mê, tức là Phàm Phu (chấp thật)
- Niệm sau Ngộ, tức là Trí Tuệ Bát Nhã (là Phật)

*Niệm Trí Tuệ, tức là Niệm Chân Như! cho nên lúc nào chúng ta cũng phải **Tham Thiền** với **Chân Như Niệm**. Vậy **Chân Như Niệm** là gì?*

*Xin thưa: "Chân Như Niệm", hay còn gọi là "Niệm Chân Như" đều cùng một nghĩa, chính là **"Tính Nhận Biết"** trong từng người chúng ta! và khi đã là **Chân Như Niệm,** thì "sự thực hành Bát Nhã" sẽ "automatic" là **Chân, Thiện, Mỹ"** trong từng khái niệm, trong mọi công việc, từ việc nhỏ cho tới việc lớn... không hề bao giờ có chút sơ hở nào cả!*

*Dĩ nhiên, là không có sự lười biếng, không có sự so đo, tính toán, tranh dành, hơn thua... Và nhất là lúc nào cũng học hỏi từng giây, từng phút. Thì đó mới chính là **"Chân Như Niệm",** cũng là **Niệm Bát-Nhã, và Hạnh Bát Nhã.***

Tiếp theo là 2 Câu Kinh Lục Tổ dậy rằng:
- Niệm trước chấp cảnh, tức Phiền Não (Sinh Tử)
- Niệm sau lìa cảnh, tức Bồ Đề (Bát Nhã)

Chấp cảnh: *có nghĩa là, chúng ta Chấp Vạn Pháp quanh chúng ta, chấp cả "Thân Tâm Hiện Hữu" của chúng ta đây: Với Tiền Của, với Danh Vọng, với Con Cái, tất cả đều là "có thật"!*

Lìa cảnh: *là dùng* **Công Phu**, *có nghĩa: Lúc nào chúng ta cũng* **Tham Thiền** *bằng "***Chân Như Niệm***", tôi đã giải thích ở trên: Nếu Tâm chúng ta lúc nào cũng* **Nhận Biết** *được là mình "**đang hỏi Câu Công-Án**" một cách rõ ràng, minh bạch, không bị một vọng tưởng nào xen vào! và cho dù khi bị mất "**Câu Hỏi Công Án đó**"! thì chúng ta cũng vẫn phải* **Nhận Biết** *là: "Câu Hỏi Công Án đó" đã bị mất rồi! Nghĩa là: "Câu Công Án" đang được hỏi... hay không còn hỏi nữa... chúng ta đều* **Nhận Biết** *hết! Vì chính chúng ta là* **Tâm Nhận Biết** *đó.*

✓ *Nếu Công Phu là Hơi Thở: thì chúng ta dùng* **Chân Như Niệm** *là* **Tính Nhận Biết** *để: "**Nhận Biết**" từng hơi thở vào... từng Hơi Thở ra... một cách rõ ràng, minh bạch"! cho dù khi không còn Hơi Thở vào/ra nữa... thì* **Tính Nhận Biết** *của chúng ta cũng vẫn ở đó, cho nên* **Nhận Ra** *ngay, về tình trạng của sự Hô Hấp đã bị mất! (Có nghĩa là Thân của chúng ta đã Chết rồi)... còn "**Tính Nhận Biết**" của chúng ta thì vẫn ở đó... nó không hề mất, nó không hề chết bao giờ cả.*

Vì trong Sự Hô Hấp... thì Hơi Thở là "**Vô-Thường**"; còn **Chân Như Niệm (Tính Nhận Biết** là "**Thường Hằng, bất biến**")!

✓ Nếu Công Phu là "**Công Án MU**" thì chúng ta cũng vẫn dùng một qui tắc, y như "Công Phu với Hơi Thở như vừa mới nói ở trên.
Chúng ta cũng dùng **Chân Như Niệm** là **Tính Nhận-Biết** để **Hỏi**:
Và "**Hỏi**" có nghĩa là "**Tham Thiền**"
Chúng ta **Tham Thiền** bằng **Chân Như Niệm** để Nhận Biết từng câu hỏi: " **Mu Là Gì?**" ... Hỏi một cách rõ ràng, minh bạch, không một Vọng Tưởng nào chen vào...Nếu có Vọng Tưởng, thì chúng ta vẫn cứ chú Tâm mà **Hỏi** tiếp mãi, thì tự động Vọng-Tưởng sẽ tan đi! Và nên nhớ: Đừng bao giờ ngăn chặn Vọng- Tưởng, hoặc dứt Vọng Tưởng

✓ Nếu Công Phu là câu hỏi **Niệm Phật Là Ai?**, thì cũng vẫn một qui tắc như trên đã nói. Vì câu: "**Niệm Phật Là Ai?**" cũng là **Công Án**.

Nếu chúng ta làm được như thế, mới đúng là "lìa cảnh", vì chúng ta đang dùng **Chân Như-Niệm**, vốn là "**Tính Nhận Biết sẵn có**" của mình, nên dĩ nhiên không bao giờ **chấp chước Vạn Pháp** là "**Thật**" hay là "**Giả**", vì tất cả Vạn Pháp chỉ là sự hóa hiện của "Phật Tính"! **Phật Tính** cỏ nhiều tên gọi: là "**Chân Như Tính**", là "**Bát Nhã Tính-Không**" v.v…rất thanh tịnh, không có một Vọng-Niệm gì…ngoài **Tính**: "Chân, Thiện, Mỹ"; **Tính**: "Từ, Bi, Hỉ, Xả, Thương Yêu và Tha Thứ". Và đương nhiên đã là "Bát Nhã Tính" thì vượt ra ngoài "Nhị Biên Tương Đối": Có/Không; Thật/Giả; Đúng/Sai, chỉ vì "Vạn Pháp" trước mắt chúng ta, đều là sự Hóa Hiện… Tuy nhiên, chúng ta không thể chấp rằng : Muôn điều, muôn sự vật hóa hiện ấy, đều chỉ là Một **Tính Không**! Nếu chấp như thế, thì không phải là :

Chân Thật Nghĩa của **Bát Nhã Tính**, vì:

    Vạn Pháp không bao giờ rời **Chân Không**
    Chân Không cũng không bao giờ rời **Vạn Pháp**

Chỉ vì:

    Vạn Pháp là "**Diệu Hữu**",
    tức cái" **Dụng**" của Chân Không

Và:

    "**Chân Không là cái Thể**" của Vạn Pháp

Chúng ta trong lớp học này, ai cũng đã hiểu rất rõ về "Bát Nhã Tính Không", chính là "Chân Không Diệu Hữu" cho nên:

Đã là **Chân Không**, thì không bao giờ rời **Diệu Hữu**
Đã là **Diệu Hữu,** thì không bao giờ rời **Chân Không**

> **Chân Không** tức là **Tính**
> **Diệu Hữu** tức là **Tướng**
>
> **Chân Không** tức là **Tâm**
> **Diệu Hữu** tức là **Thân**
>
> **Chân Không** tức là **Phật Tính**
> **Diệu Hữu** tức là **Vũ Trụ Vạn Vật**

Hiểu được như thế, thì không bao giờ bị lọt vào cái "**Vô Ký**", tức là lọt vào cái "**đoạn diệt**" của Sinh Tử! Còn nếu, chúng ta chấp tất cả chỉ là "**Tính Không**" thôi… là **Phật Tính** thanh tịnh, vô tướng thôi… thì rất là phiền não! Chấp như thế, là chúng ta chỉ có một nửa: là có "**Tính**, mà không có **Tướng**"! Là có "**Thân**, mà không có **Tâm**"! Thì cũng như **Đồng Tiền** chỉ có **mặt xấp**, mà không có **mặt ngửa**! hoặc ngược lại, **Đồng Tiền** chỉ có **mặt ngửa**, mà không có **mặt xấp**! thì cũng chẳng phải là **Đồng Tiền**. Giống như **Bàn Tay** chỉ có **mặt xấp**, mà không có **mặt ngửa**! thì cũng chẳng phải là **Bàn Tay**.

Trong thực tế, Thân/ Tâm của chúng ta đang hiện-hữu ngồi đây; Thân/ Tâm của chúng ta đang đứng đây, mà chúng ta chỉ chấp là có cái "**Tâm**" thôi! để rồi khi chết thì đem cái "**Tâm**" đó về một nơi an lạc nào đó! Còn cái **Thân** này, thì đem vứt bỏ nó đi! Thì chúng ta bị rơi vào trạng thái "có**Tâm** mà không có **Thân**", tức là chúng ta chỉ có một nửa, thì không phải là **Bát Nhã**! Vì đã là **Bát Nhã** thì phải có cả **Thân** lẫn **Tâm**!

Thân/Tâm là Một
Tính/Tướng không phải là hai.
} Mới là **Thật Tướng Bát Nhã**

Ngược lại, nếu chúng ta chỉ có **Thân** mà không có **Tâm**! Thì chúng ta cũng bị rơi vào trạng thái là chỉ có một nửa, thì cũng không phải là **Bát Nhã**!

Cho nên dù muốn, dù không, chúng ta đừng bao giờ quên rằng: "Vạn Pháp Diệu Hữu" luôn luôn thường hằng, hiện hữu, bao la, bát ngát như: Cây cỏ, núi đồi, con người, và toàn Vũ Trụ, vạn vật…Đó chính là Diệu Hữu thường hằng, thể hiện như vậy… Đó cũng chính là Cảnh Giới **Bát Nhã** hóa hiện không thể nghĩ bàn!

Thưa quí vị, quí vị sẽ vô cùng ngạc nhiên và không thể nào ngờ rằng "Cảnh Giới hiện hóa" trước mắt chúng ta… trong Kinh Đức Phật gọi là "**Cảnh Giới Siêu Việt Bát Nhã**", hay còn gọi là **Niết Bàn**!

Toàn thể Cảnh Giới "vừa là **Sắc** cũng vừa là **Không**" như thế mới là Siêu Việt! Do vậy mà Kinh Bát Nhã đã dậy:

> **Sắc** tức thị **Không**, **Không** tức thị **Sắc**
> **Sắc** chính là **Không**, **Không** chính là **Sắc**

Vậy thì chúng ta hãy suy tư chỗ nào có toàn là "Sắc"? và toàn là "Không"? Thì nơi đó đã chính là Niết Bàn.

Tiện đây, tôi cũng xin nhắc lại về vấn đề "Kiến Tính mới khởi Tu":
Kiến Tính có nghĩa là chúng ta đã trực nhận ra được "**Thân Tâm Bát Nhã**" của chính mình là gì! Đồng thời cũng biết toàn thể "vũ trụ, vạn vật" là cái gì! Lại cũng biết Tam Thế Chư Phật: Quá Khứ, Hiện Tại, Vị Lai đang ở đâu!

Tuy nhiên, tất cả những thứ "mới trực nhận được" như vậy, cũng vẫn còn rất nông cạn! Vì mọi Tập Khí Thế Gian của chúng ta như: Các "thói hư, tật xấu" vẫn còn y nguyên! Bởi sự "Kiến Tính" không liên hệ gì đến những Tập Khí đó, là của "Vọng Tưởng Vô Minh"! đã tự chúng ta phát minh ra… thì cũng lại phải, tự chúng ta chuyển hóa chúng, bằng **Công Phu** như đã nói ở trên. Đó là sự Tu Hành thật kiên- trì, thật siêng năng, thật cần mẫn để buông bỏ được mọi Tập Khí thói hư, tật xấu ấy!

Được như vậy, thì sự Tu Hành mới trọn vẹn! Do vậy, chúng ta mới cần một thời gian rất lâu dài để Tu Sửa, và thời gian Tu Sửa này, các vị Tổ Sư còn gọi là thời kỳ **Bảo Nhậm** rất là quan trọng.

Học vàThực Hành Bát Nhã (II) "từ Thô tới Tế, từ Ngoài vào Trong"

Có rất nhiều người tu **Thiền** và áp dụng **Thiền** qua **Chân Lý Bát Nhã** rất tuyệt vời! Và cũng có rất nhiều người tuy là tu Thiền, nhưng lại không thể nào áp dụng được "**Chân Lý Bát Nhã Chân Thiện Mỹ**" ấy.

➢ Người thực hành được thì **Về Mặt HữuTướng**:

Họ thấy từng hạt bụi nhỏ li ti như tơ trời, và dĩ nhiên họ cũng thấy cả những gì to hơn hạt bụi ở ngay tại **Thân/Tâm** họ, cũng như những gì ở quanh họ để họ "thanh tịnh" chúng…
Đúng như vậy, khi chúng ta thấy được những hạt bụi, thì mới khá rốt ráo để thấy được tất cả vạn vật trong vũ trụ này, để rồi… chúng ta mới có thể thấy được những gì về "Mặt Vô Tướng", và mới thấm nhuần được "**Tâm**" mình với những gì vi tế nhất, cho đến "cái siêu việt vi tế nhất của **Tâm** mình"! Cũng như Thấy được: Sự Vi Diệu, Nhiệm Mầu của Vũ Trụ Vạn Vật ngay tại nơi đây.

➤ Người không thực hành được **về mặt Hữu Tướng:**

Thì sự Thấy Biết của họ hoàn toàn đi ngược lại như: Ở ngay trước mắt họ, có phơi bầy thật nhiều hình tướng …đủ loại: To có, nhỏ có, nhưng họ cũng chỉ thấy lơ mơ, đại khái: là có những thứ đó đang hiện hữu… Bởi vì họ không chú **Tâm** được, cho nên sự "Thấy Biết" chỉ thoáng qua thôi!

Như vậy, thì làm sao họ có thể thấy được những hạt bụi nhỏ li ti? Để rồi mới có khả năng thấy được **Mặt Vô Tướng** ra sao… Để mà thẩm thấu vào được "**Tâm** vi tế" của mình! Cho nên đối với họ, thì **Mặt-Vô Tướng** quả là quá phức tạp! mặc dù, họ cũng là những người **Tu Thiền** như chúng ta! Nhưng họ có Tính nóng nẩy, nông cạn, hàm hồ, không thể nào kiên trì!

Phải chăng ? vì họ quá lười biếng, quá "Ego", quá ngã mạn, tự phụ v.v… đến nỗi đã không chịu hạ ngã để học hỏi, mà trái lại, họ lại chấp vào sự hiểu biết rất nông cạn của mình … mà cho là quá đủ! Cho nên, họ đã tự ấn chứng cho mình là quá tài, quá giỏi. quá thâm sâu.

> Người thực hành được **Về Mặt VôTướng**:

Là những ai tu "Thiền", và áp dụng được Thiền qua "Chân Lý Bát Nhã" thì về:
Mặt Vô Tướng, họ lại thấy rất là giản dị: Khi ngồi Thiền cũng như khi đi, khi đứng, khi nằm, khi làm việc, lúc nghỉ ngơi… Tất cả mọi hành động vi tế tới đâu… họ đều nhận biết rõ ràng:

Là **Thân/Tâm** họ đã **Nhất Như**, cũng là hội nhập thành "**Một**" với mọi công việc, và mọi hành động của thân thể. Đó là cái quả khá thành công… về sự "tự động thanh tịnh" từ Thô tới Tế …trong từng Sát Na của họ.

Tóm lại, về sự thực hành Thiền trong mọi công việc hàng ngày, mà Thân/Tâm họ được đồng nhất với công việc, và mọi việc đều trọn vẹn, tuyệt đối, trang nghiêm đúng y chỉ **Chân Thiện Mỹ** như thế, vì họ chẳng hề bao giờ thấy, và bị dính mắc bởi những: địa vị, quan quyền… cũng chẳng hề thấy, và dính mắc bởi những cảnh giầu sang, phú quí… mà trái lại, họ chỉ có một lòng Đại Bi, đối với Vạn Pháp … họ chỉ thấy toàn thể chúng sinh đang thống khổ… đang chìm nổi trong Sinh Tử Luân Hồi…đang cầu được cứu vớt. Đấy mới đích thực là bổn phận và trách nhiệm của họ.

Vâng, đó là **Tính Thấy** của những ai Tu Thiền và áp dụng được Thiền qua "**Chân Lý Bát Nhã, Chân Thiện Mỹ**", giản dị chỉ là thế.

Sở dĩ, những vị này tu và được kết quả như vậy, là vì trong thực tế, đời sống trước mắt, lúc nào họ cũng thấy được từng hạt bụi nhỏ li ti, để mà thanh tịnh chúng... cho nên đương nhiên, khi những vị ấy ngồi Thiền, thì họ thâm nhập được vào **nơi Vô Tướng** một cách dễ dàng, dù rằng nơi Vô Tướng ấy chưa rốt ráo! Đó là: "Hầm Sâu Đen Tối"! là Thức số 8 đầy dẫy Vô Minh...

Khi những vị này đã vào được nơi tối tăm đó, là không ngoài mục đích, để thấy được: Từng Niệm Thiện... từng Niệm Ác... của hằng hà sa số kiếp! mà thanh tịnh chúng, bằng Công Phu với "Chân-Như Niệm" như đã nói ở trên... để rồi tự động họ sẽ ngộ được "cái Tuyệt Đối Tịch Tĩnh", là cái "vi-diệu linh thiêng sẵn có" của mình, và của toàn thể chúng sinh ... Đó chính là cái: "Siêu Việt Nhị Biên tương đối", cũng lại vẫn là "**Chân Như Niệm**" hiển hiện **Nhất Tâm** (Single Mind), không có Tạp Niệm! càng ngày càng rõ ràng hơn!

Cũng bởi sự, làm thanh tịnh tất cả những Niệm Thiện/Ác trong "**Hầm Sâu Đen Tối**" đó, cho nên kết quả đạt được, cũng sẽ tương ứng với Công Phu! tức là sự thanh tịnh được Vọng Tưởng tới đâu, thì kết quả đạt được, sẽ tương ứng tới đó! Có nghĩa là "Mây Tan tới đâu, thì Trăng Hiện" tới đó.

> N_{gười} không thực hành được
Về Mặt VôTướng:

Xin nhắc lại:
Là những ai, cũng tu Thiền! nhưng không thể nào thấy được những hạt bụi hiện hữu ở ngay trước mắt! mà ngược lại, họ chỉ thấy rõ ràng toàn là **danh** với **vọng**, **tiền** với **tài**, và mọi sự tranh chấp, hơn thua! Để rồi tự động họ đi vào Tham, Sân, Si, Mạn, Nghi, Ghen Ghét v.v… chỉ vì, họ còn quá nhiều vô minh! Nên đã chấp Thân/Tâm này là có thật, chấp vợ chồng, con cái là có thật, chấp gia sản của họ là có thật!
Còn về danh vọng, về tiền tài đối với họ v.v… thì ngày đêm họ ao ước! là làm sao để đạt cho được, dù là chút danh hão, dù là phải quỵ lụy, phải hèn hạ, đối với những vị có danh, có quyền đó …để mà được lây chút danh thơm! Mà trong thực tế, nhiều khi họ chẳng được chút sơ múi gì cả! nhưng họ cũng vẫn hãnh diện với chính bản thân họ, và hãnh diện cả với mọi người xung quanh về chút thơm lây ấy.

Tất cả cũng chỉ là Ngã chấp, và vì sự vô minh quá sâu dầy, luôn "chấp thật" mới nên nông nỗi! Thật đúng với câu:

Thấy sang bắt quàng làm họ

Nhiều khi những vị này cũng biết rõ rằng: những sự giàu sang, phú quí của những người mà họ tôn thờ ấy là không chính đáng! Toàn là của phi nghĩa cả! Nhưng họ cũng vẫn cứ lao đầu vào như những con thiêu thân... Để rồi, tự mình tạo cho mình thành những con người bất nhân, bất nghĩa; Bất hiếu, bất mục; bất thủy, bất trung, bất lương tri v.v… mà không còn biết gì đến Nhân Quả, Luân Hồi Sinh-Tử đang chờ đợi.

Thưa, những vị vô minh như thế, là vì họ quá tham lam, quá nhiều tập khí đối với Đời! Nhưng nực cười thay, là đối với Đạo! thì sự Tu Hành của họ đã quá ư tồi tệ như thế! mà họ lại muốn thành Phật, thì chẳng khác gì :

"Nấu cát mà muốn thành cơm!"

Nếu họ không chịu tu đúng Chân Lý thì, cho dù họ có Tu bao đời, bao kiếp, chăng nữa, thì cũng vẫn cứ là luẩn quẩn trong "Sinh Tử Luân Hồi" mãi mãi!

Các Phương Tiện Tu Thiền Từ Cạn Đến Sâu
(Đều là con đường giải thoát Sinh Tử, tuần tự… vi tiến)

Theo y chỉ trong các Kinh Sách của Phật, của Tổ thì: Các **Danh Từ Phật Pháp** không được thay đổi! Nhưng hiện hữu thời nay, có rất nhiều người than van về những **Danh Từ** trong Kinh Điển rất khó hiểu … qua " Các Phương Tiện Công Phu", và sự thành quả của các Phương Tiện ấy (từ nông tới sâu), đã diễn giải bằng các **Danh Từ Phật Pháp** quá phức tạp! Cho nên họ không thể nhớ, và không thể thấu hiểu trọn vẹn được. Do vậy chúng tôi mạn phép diễn giải các phương tiện ấy bằng những: **Danh Từ thường tình và thực tế**… được tới đâu hay tới đó như sau đây:

Chú Ý:

(Tất cả những danh từ: Tiểu Học, Trung Học, Đại Học: 5 năm …20 năm, chỉ là giả dụ cho dễ hiểu).

Từ Lớp Mẫu Giáo và Tiểu Học:

Về Lý: Tu theo "Tứ Thánh Đế"; **Về Sự**: Tu "Tiền Ngũ Thức" tức 5 Thức Đầu và Thức Số 6; Cũng là lý thuyết "Duy Vật Luận" vì còn **chấp Ngã**! Phương tiện là "**Thiền Chỉ**". Chúng ta tạm gọi là lớp **Mẫu Giáo** cho đến hết **Tiểu Học**, tức là từ **lớp 1** đến **lớp 5** (Khi Lớp Mẫu Giáo và Tiểu Học Tu, mà đạt được mục đích, thì chúng ta cũng tạm gọi là đã chứng, hay đã đắc được các quả vị từ:**Tu Đà Hoàn, Tư Đà Hàm, A Na Hàm, A La Hán**).

Đối tượng của chúng ta là **Lục Căn** (mắt, tai, mũi, lưỡi, thân, ý), và phương cách Tu là **Thiền Chỉ** với mục đích để tránh cho được sự vọng động bởi **Lục Trần** (sắc, thanh, hương, vị, xúc, Pháp). Và vì là lớp Tiểu Học, nên chúng ta "**chấp thật Có/ chấp thật Không**"; chấp vạn Pháp là "Thật"! Sự "chấp Thật" đó khiến chúng ta lý luận quá nhiều qua bộ óc, do đó mới dùng **Thuyết "Duy Vật Luận"**.

Để đạt được thành quả, chúng ta chỉ chú trọng vào cái "**Tịnh**" cho nên bị thiếu mất cái "**Động**"! Trường hợp này **Tịnh/Động** không đồng , khiến chúng ta không thấy được "Tự Tính" là lẽ dĩ nhiên.

Bởi sự chấp thật có **Thân**, có **Cảnh,** cho nên chúng ta mới đổ lỗi cho **Trần Cảnh: Lục Trần**: Sắc, Thanh, Hương, Vị, Xúc, Pháp (hình tướng, âm thanh, mùi vị, và sự xúc chạm với mọi vật to/nhỏ quanh chúng ta, như thế đều làm phiền não cho **Lục Căn** (Mắt, Tai, Mũi, Lưỡi, Thân, Ý).

Tức là **Trần Cảnh** luôn luôn làm **Lục Căn** bị loạn động ! Vì thế chúng ta mới cố gắng dùng phương tiện là "**Thiển Chỉ**" để đóng bít cho được **Lục Căn** lại, đó cũng là hành động diệt Dục, diệt Cảm Giác, diệt Tư Tưởng, chính là diệt "Bản Ngã"! Để không còn bị loạn động bởi "Lục Trần" nữa. Với mục đích, chỉ là kiếm sao cho được cái "**Tịnh**", gọi là "**Niết Bàn**"
để chúng ta được hưởng tự tại, an lạc mãi- mãi…

Nhưng có biết đâu là, với phương tiện Tu theo "**Thiền Chỉ**" tới tột độ, chúng ta vẫn là ở trong : "Nhất Niệm Vô Minh" Nhị Biên Tương Đối lăng-xăng không bao giờ ngưng nghỉ … Do vậy, dù chúng ta có cố gắng tới đâu chăng nữa, để đạt cho được mục- đích là cái "**Tịnh**" cũng bằng thừa.

Thí dụ: Chúng ta cố gắng để bít cho được 2 Căn là Mắt và Tai: Thì Mắt sẽ không thấy, Tai sẽ không nghe gì nữa! Nhưng còn 4 Căn kia là Mũi, Lưỡi, Thân, Ý vẫn mở và vẫn hoạt động!

Giỏi hơn nữa, chúng ta bít được 4 Căn: Mắt, Tai, Mũi, Lưỡi, thì Mắt không Thấy, Tai không Nghe, Mũi không Ngửi bất cứ mùi Hương nào, và vì không ăn uống gì, cho nên Lưỡi cũng không dính dáng gì đến các Vị … Nhưng còn Căn Thân và Căn Ý vẫn mở, và vẫn hoạt động!

Vì vậy rất khó, bởi chúng ta đã bị hao mòn hết Năng Lực, mà kết quả lại chẳng đi đến đâu! Chỉ vì cứ bít được Căn này, lại mất những Căn khác! Lằng-nhằng như thế! làm mất hết thời gian và công sức.

Phương tiện này, họa hoằn lắm mới có được một vài vị bít được cả 6 Căn! Nhưng cũng chỉ là làm lặng được bề mặt, mà bề sâu thì còn nguyên vẹn! Tiếc thay dù công lao thật vô bờ, mà kết quả chỉ là hai chữ Ô Hô! Vì "Nhất Niệm Vô Minh" chỉ tạm thời ngưng nghỉ, nó vẫn bị giới hạn bởi thời gian và không gian, để rồi nó lại trỗi dậy và tung hoành như cũ!

Lớp Trung Học: Tu Thức Số 6 (Ý Thức)
Mục đích là muốn ngưng nghỉ, bặt hẳn đi "Nhất- Niệm Vô Minh". Phương Tiện Tu theo "**Thiền- Quán**" (Thập Nhị Nhân- Duyên) là đường lối "Duy- Tâm Luận" vì còn **chấp Pháp**! (Khi Lớp Trung Học đã đạt được mục đích mong muốn, thì chúng ta tạm gọi là đã chứng, hay đã đắc được quả vị **Duyên Giác** tức: Độc Nhãn Phật).

LớpTrung Học : Có từ lớp 6 đến lớp 12. Lớp học này chúng ta dùng "Thiền Quán" các **Căn**:mắt, tai, mũi, lưỡi, thân, ý, và "Quán" các **Trần**: sắc, thanh, hương, vị, xúc, pháp. Chúng ta "Quán" các đối tượng này rất tỷ mỉ qua đường lối "Thập Nhị Nhân Duyên" tức là "Quán" các đối tượng (từ A đến Z). cho dù là đắc "Duyên Giác", nhưng vô tình chúng ta bị lọt vào cái **Không Tiêu Cực!** tức là cái "Hư Không", cái "Rỗng- Không" chẳng có cái gì cả! Thì hóa ra chúng ta bị nhận lầm cái "KhôngTiêu Cực" là "**Niết Bàn**"! Tại sao lại là Không Tiêu Cực?

Xin thưa, khi chúng ta quán các **Căn** và các **Trần** từ nông tới sâu, tức là quán từ cái "Thô" cho tới cái "Vi Tế nhất" … và cứ quán như thế, với bất cứ đối tượng nào… cho nên chúng ta bị rất căng thẳng! Bởi sự Quán thái quá, thì đương nhiên đi vào cái "**Động**" quá nhiều …mà thiếu đi cái "**Tịnh**"! Thì làm sao thấy được "Tự Tính"? Và rồi cuối cùng chúng ta bị lọt vào Cái Không Ngơ! Như vậy là chúng ta đã đi ngược lại với "Tính Không Tích-Cực"!
Vì nếu đã là **Tính Không Tích Cực** thật sự, là **Chân Không** thật sự, thì dĩ nhiên là **Chân Không** phải có **Diệu Hữu**! Có như thế mới được gọi là "Tính Không Tích Cực" là: Thân/Tâm Nhất Như (Thân/Tâm là Một).

Cũng bởi lớp **Trung Học** này chấp "thật có" **Căn Thân**, và có **Trần Cảnh**! Nên đã cố công Tu theo Phương Tiện **Thiền Quán (Duy Tâm Luận)**, để phân tích các **Căn** và các **Trần** đến cái Vi Tế nhất, miễn là làm sao để đạt cho được cái "**Tĩnh Lặng**" gọi là "**Niết Bàn Diệu Tâm**"! Nhưng tiếc thay, cái "Ý Thức" chính là cái "**Tâm Nhị Biên**", cũng là cái "Nhất Niệm Vô Minh" luôn luôn lăng xăng ở trong phân biệt : Có/Không; lúc hoạt động, lúc lại ngừng…cứ loanh- quanh, luẩn-quẩn như thế! vô tình chúng ta vẫn bị "**Nhất Niệm Vô Minh**" lừa!

Bởi : Lúc thì nó ngừng… lúc thì nó lại hoạt động… nhưng thật ra: Khi nó ngừng nghỉ, chỉ là trong giai đoạn: dù thời gian ngắn, hay thời gian dài, thì cũng vẫn chỉ là sự tạm ngưng nghỉ của "Nhất Niệm Vô-Minh"!, để rồi nó lại tung hoành là hoạt động lại…và cứ như thể không bao giờ ngừng… Sở dĩ mà chúng ta bị nó lừa, là tại: Có lúc nó ngưng nghỉ hơi lâu! Thời gian đó, đã làm chúng ta tưởng lầm, là mình đã chứng đạt được cái "**Tịnh**" rồi! Có nghĩa là "Cái Tạm Ngưng" hơi lâu của Nhất Niệm Vô Minh, làm chúng ta lầm là: "**Niết Bàn Tịch Tĩnh**", chỉ vì chính chúng ta đang ở trong "Nhất Niệm Vô Minh", tức là, đang ở trong tình trạng "Nhị Biên Tương Đối!" cho nên chúng ta đã chấp nhận sự Nhị Biên đó:

    Ngưng với không Ngưng
    Có với Không
    Đắc với Không Đắc
    Sa Bà với Niết Bàn

Tóm lại sự chứng đắc của cả hai lớp: Tiểu Học và Trung Học là "Thanh Văn Thừa" và "Duyên Giác Thừa" đều cùng chưa thấy được "Tự Tính"! Tức là, cả hai Phương Tiện này, đều chưa đạt được giải thoát trọn vẹn Sinh Tử Luân Hồi! bởi:

- Lớp Tiểu Học chỉ chú trọng đến cái "**Tịnh**" và sợ cái "**Động**"!
- Lớp Trung Học thì bị lọt vào cái "**Động**" quá nhiều và thiếu cái "**Tịnh**"!

Cả hai Phương Tiện đều còn trong "Tâm Thức Nhị-Biên Tương Đối" tức " Nhất Niệm Vô Minh"!

Cho nên Động/Tịnh không đồng.

Đại Học: Tu Thức số 7 (Ý Căn), Tu theo **6 Ba La Mật** đòi hỏi chúng ta phải tốt nghiệp 4 năm. (đây chỉ là giả dụ 4 năm cho dễ hiểu thôi).

Mục đích phá tan "**Vô Thủy Vô Minh**" tức là phá trọn vẹn đi cái "**Chấp Không**" để cố đạt cho được **cái Tuyệt Đối**.

Mục đích của đường lối Tu theo **Ba La Mật** quá tuyệt vời! Nhưng tiếc thay "Nhất Niệm Vô Minh" vẫn không chịu buông rời, mà trái lại vẫn giữ vai trò khống chế! Cho nên, không có cách nào phá cho được "Vô Thủy Vô Minh"! Tuy nhiên, vì đã vào được sào huyệt "Vô Thủy Vô Minh", cho nên mới chứng đắc được quả vị **Bồ Tát**, nhưng sự chứng đắc ấy vẫn chưa tuyệt đối! Vì "Bồ Tát" ở vị trí **Trung-Đạo** thì còn ở trong tình trạng:

    Không Đúng/ Không Sai
    Không Đẹp/Không Xấu
    Không Giàu/Không Nghèo
    Không Sinh/Không Tử.

Vì vậy mà "Bồ Tát" vẫn còn vương vấn với cái "**Chấp Không**"! Vì các Ngài chấp là:
Trên trời, dưới đất, mười Phương, tám Hướng... tất cả chỉ có một "**Phật Tính**" tĩnh lặng vô hình tướng!

Lớp Đại Học Tu Thức Số 7 (Ý Căn): không chấp nhận đường lối Thiền Chỉ (Duy Vật Luận) cũng như đường lối "Duy Tâm Luận", vì cả hai đều bị bế tắc bởi **Động/Tịnh** không đồng! Cho nên, lớp Đại Học mới "Tu theo Ý Căn" là chọn đường lối **Chỉ/Quán** đồng Tu.

Chúng ta dùng phương tiện **Chỉ /Quán** đồng Tu, tức là **Động/Tịnh** đồng nhất : (khi "**Quán**" thái quá, căng thẳng quá! thì về "**Thiền Chỉ**". Khi "**Thiền Chỉ**" mà **Tĩnh lặng** quá! thì lại trở về "**Thiền Quán**" để được thăng bằng Thân/Tâm).
- Có nghĩa là, khi chúng ta "**Thiền Quán**" với bất cứ đối tượng nào, theo "**12 Nhân Duyên**" mà **Tâm** bị "**Động**" quá! bởi sự phân tích nhiều, thì trở về "**Thiền Chỉ**" cho bớt bị căng thẳng.
- Còn về "**Thiền Chỉ**" khi chúng ta Thiền đến độ gần như là **Tĩnh lặng** tuyệt đối, gần như vô tri, vô giác, thì lại trở về **Thiền Quán** để **Động/Tịnh** được cân bằng .

Khi Phương Tiện **Chỉ/Quán** đồng Tu đạt được mục đích, chúng ta chứng đắc được quả vị "**Bồ Tát Thập Địa**"! Thì coi như chúng ta đã tốt nghiệp Đại Học bốn (4) năm. Và sự Chứng Ngộ của **Chỉ/Quán** đồng Tu, là chúng ta đã nhận ra:

{ Thân là Tâm
  Tâm Là Thân
  Thân/Tâm đồng nhất
  Thân/Tâm nhất như

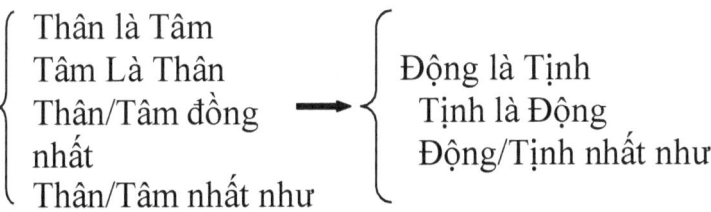

{ Động là Tịnh
  Tịnh là Động
  Động/Tịnh nhất như

Sâu hơn nữa, chúng ta còn trực nhận ra:

" **Vạn Pháp đều Bình Đẳng y như nhau** "

Tại đây, xin được nhắc lại, như đã nói ở trên là mặc dầu chúng ta đã đắc được quả vị "Bồ Tát", nhưng chưa phải là tuyệt đối! Vì vẫn còn bị ảnh hưởng của "Nhất Niệm Vô Minh"! Cho nên không thể nào đạt được mục đích mong muốn là phá tan được **Vô Thủy Vô Minh**! Bởi nếu không phá tan được "Vô Thủy Vô Minh", thì không thể nào phá được cái "**Chấp Không**"! Là nguyên do làm chúng ta vẫn còn ở trong tình trạng "Nhị Biên Tương Đối", dính mắc rất nhiều với cái "**Chấp Không**" là thế! Và rồi nhiều khi chúng ta lại trở nên nhầm lẫn! Lúc thì sáng, lúc lại tối hù… vì "Nhất Niệm Vô Minh" còn điều động Nhị Biên Tương Đối **Có/Không**:

Không Sang/Không Hèn
Không Giỏi/Không Dốt
Không Có/Không Không
Không Sống/Không Chết

Đại Học "Tu Thức số 8": Tu Theo
Niêm Hoa Vi Tiếu của Đức Phật:
"Trực Chỉ Chân Tâm, Kiến Tính Giải Thoát Sinh/Tử". Tức là Trực Chỉ "**Phật Tính**" cũng là: Pháp Môn "**Tổ Sư Thiền**":

Phương Tiện là:
Tham Thoại Đầu hay **Tham Công Án**
(Khi Lớp Đại Học này đạt được mục đích mong muốn, thì chúng ta ở vị thế tuyệt đối:
"**Vô Tu/ Vô Chứng, Phi Vật/Phi Tâm**",
(không Tu/không Chứng; không Vật/không Tâm);
Chân Như, Phật Tính, Vạn Đức Viên Thành.

Đại Học, Tu Thức số 8 này đòi hỏi chúng ta phải tốt nghiệp từ 5 năm đến 12 năm... và còn tùy theo năng lực nhanh/chậm, có thể tối đa là 20 năm nỗ lực Tu Hành, thì Viên Mãn được:

  Một là Tất Cả
  Tất Cả là Một

Chú Ý:
 (Tất cả những danh từ: Tiểu Học, Trung Học, Đại Học: 5 năm ...20 năm , chỉ là giả dụ cho dễ hiểu).

Tiến lên một bước, là: Siêu Việt cả Một lẫn Nhiều! Tức là vượt ra ngoài số lượng "**ít/ Nhiều**". Tu tới được giai đoạn này, thì tự động toàn thể các "**Thức**": Từ Tiền Ngũ Thức, Thức Số 6, Thức Số 7 và Thức Số 8, đều tự động chuyển thành "**Trí Tuệ**" và thể hiện ngay "**Thật Tướng Bát Nhã**" nơi **Thân/Tâm** chúng ta! Đó là quả vị "**Phật**":

Chính Đẳng Chính Giác

Sở dĩ chúng ta tới được vị thế "**Thật Tướng Bát Nhã**, là vì chúng ta dùng Phương-Tiện "**Tham Thiền**" với câu "**Thoại Đầu**" hay câu "**Công Án**" làm Công Phu thật Miên Mật! với mục đích là siêu việt:

" Nhất Niệm Vô Minh, Nhị Biên Tương Đối", cũng như siêu việt cả "Vô Thủy Vô Minh" để:

Vượt ra ngoài **Chấp Có/Chấp Không**,
Vượt ra ngoài Toàn thể Số Lượng,
Vượt ra ngoài mọi Danh Từ, Lời Nói
Cùng với mọi Lý Luận, Tranh Cãi
Vượt ra ngoài cả Thời Gian, Không Gian.

Sau đây, chúng ta tạm dùng thí dụ để làm rõ nghĩa hơn về câu:

Một là Tất Cả
Tất Cả là Một

Chúng ta tạm ví "**Một**" là người mẹ (khi đã Giác-Ngộ) thì tự động **Tất Cả** toàn thể vũ trụ vạn vật đều là con…Cho nên:

Người Mẹ:

1. Quán xuyến hết tất cả sự: Thấy, Nghe, Hay, Biết… đồng thời, điều khiển mọi sự hữu dụng từ Thô tới Tế của các Căn, các Trần, và các Thức cũng như của Thất Đại.

2. **Người Mẹ** tự động là:

"Tam Thân, Tứ Trí, Ngũ Nhãn, Lục Thông"

Tam Thân là:

$$\left\{\begin{array}{l}\text{Pháp Thân Phật}\\ \text{Báu Thân Phật}\\ \text{Thiên Bách,}\\ \text{Ức Hóa Thân Phật}\end{array}\right.$$

Cũng chính là **Tam Bảo**

Phật	Pháp	Tăng
Trí	*Đức*	*Hạnh*

Tứ Trí là:

Thành Sở Tác Trí (Trí Tuệ của bậc Tiểu Học khi đắc Đạo)
Vô Phân Biệt Trí (Trí Tuệ của bậc Trung Học khi đắc Đạo)
Bình Đẳng Tính Trí (Trí Tuệ của bậc Đại Học 4 năm khi đắc Đạo)
Đại Viên Cảnh Trí (Trí Tuệ của bậc Đại Học từ 5 cho đến 20 khi đắc Đạo)

Ngũ Nhãn là:

- *Nhục Nhãn*: Con mắt của Hành Giả, khi còn vô minh, chúng ta tạm ví, là con mắt của người thường không tu hành gì cả.

- *Thiên Nhãn*: Con mắt của Hành Giả, khi đã hé mở sự Giác Ngộ ở mức độ nào đó, còn rất giới hạn! chúng ta tạm ví là con mắt của người đã tốt nghiệp ở bậc Tiểu Học.

- *Huệ Nhãn*: Con mắt của Hành Giả đã ra khỏi: "Nhị Biên tương đối", tức là đã ra khỏi "Sinh Tử luân hồi". chúng ta tạm ví, là con mắt của người đã tốt nghiệp ở bậc Trung Học.

- *Pháp Nhãn*: Con mắt của Hành Giả, khi đã nhận biết mình là ai, và vũ trụ vạn vật là cái gì? chúng ta tạm ví, là con mắt của người đã tốt nghiệp ở bậc Đại Học 4 năm; cho nên họ đã biết rất rõ vũ trụ vạn vật và chính họ đều bình đẳng y như nhau.

- *Phật Nhãn*: Con mắt của Hành Giả đã mở trọn vẹn, đã nhận biết chính mình và toàn thể vũ trụ đều trong nghĩa:

> Một là Tất Cả
> Tất Cả là Một

Tại đây, chúng ta tạm ví, con mắt của người đã tốt nghiệp ở bậc **Đại Học từ 5 năm cho đến 20 năm**: người tốt nghiệp ấy, đã biết rõ chính mình ôm trọn vũ trụ vạn vật, và ngược lại vũ trụ vạn vật cũng trọn vẹn là người ấy.

Con mắt của Hành Giả, sau khi đã Giác Ngộ viên mãn, thì ở trong cảnh giới: không có ta, không có người; không có chúng sinh; không có sinh tử; không có phiền não; không có khổ đau; không có chứng; không có đắc; không có Phật; không có chúng sinh; không có danh từ; không có lời nói; không có Không Gian; không có Thời Gian…

Vì Hành Giả đã không còn một mảy may gì của Bản Ngã thường tình nữa, mà tự động là, Hành Giả đã vượt ra ngoài tất cả những gì mới kể.

Trong cảnh giới này, trong trạng thái này, trong vị thế này... toàn thể Thân/Tâm vũ trụ vạn vật đều tự động thể hiện
"Thật Tướng Bát Nhã" chính là
"Chân Không Diệu Hữu"! chứ không phải là
"Cái Không Tiêu Cực", tức là "Cái Không rỗng" chẳng có cái gì cả! Nếu như chúng ta cứ hiểu lầm như thế, thì lại phiền não vô cùng! Và tự động chúng ta đi ngược lại với y chỉ **"Bát Nhã Tính"**:

Sắc bất dị **Không**
Không bất dị **Sắc**

Tức là:
$\begin{cases} \textbf{Sắc đã chính là Không} \\ \textbf{Không đã chính là Sắc} \end{cases}$

Xin tạm được lý giải về **Sắc/Không** như sau:

- **"Không"** ở đây là **Không Tích Cực**:
- chính là **"Thực Thể**, chính là **"Bản Thể"**,
- chính là **"Chân Không"** tạm gọi là **"Một"**.

"**Sắc**" ở đây là "**Diệu Hữu**", là Thân/Tâm hiện hữu của muôn loài chúng sinh, đều vừa "vô-hình"… vừa "hữu hình"… vừa "hữu tướng"… vừa "vô tướng". và toàn thể vũ trụ vạn vật… ở ngay trước mắt chúng ta, cũng đều đồng nghĩa như vậy, là: vừa "vô hình", vừa "hữu hình" … Đó, tạm gọi là "**Tất Cả**".

Sắc ⟶ là Diệu Hữu

Không ➡ { là Chân Không
là Bản Thể

{ Vô Hình là Chân Không
Hữu Hình là Diệu Hữu

{ Vô Tướng là Chân Không
Hữu Tướng là Diệu Hữu

Lục Thông là:

Sáu Căn (mắt, tai, mũi, lưỡi, thân, ý) của Hành Giả sau khi đã ngộ viên mãn, thì tự động "6 Căn" là "**6 Tính**" vi diệu, nhiệm mầu: Tính Thấy, Tính Nghe, Tính Ngửi, Tính Nếm Vị, Tính Chạm Xúc, Tính Nhận Biết.

6 Tính này, dung thông với nhau vì "6 Căn" đã hoàn nguyên trở về nguyên thủy "**Tính Không**", **Chân Không** (**Phật Tính**) cho nên:

Một là **Sáu**
Sáu là **Một**

Vì vậy mà Căn nọ có thể dùng thế cho Căn kia, và Căn kia có thể dùng thế cho Căn này là vậy.

Cũng như thế "**Tính Không**", tức "**Bản Thể**", tức "**Thực Thể**" được tạm gọi là "**Một**", như vừa nói ở trên. Chúng ta tạm gọi "**Một**" là **Người Mẹ**.

Cũng đồng nghĩa là: "**Tính Không Vô Tướng**" điều khiển trọn vẹn cả "Vô Tướng" lẫn "Hữu Tướng" của "**Thân/Tâm và vũ trụ vạn vật**".

Còn gọi là "Tính Không Vô Tướng" điều khiển cả: "**Vô Hình lẫn Hữu Hình**". Chính là nghĩa của:

Một là Tất Cả/Tất Cả là Một

Người Mẹ này luôn luôn điều khiển toàn thể vũ trụ vạn vật, đó cũng chính là:

"Tính Không Vô Tướng" điều khiển **vạn Pháp**!

Và rồi cũng là nghĩa **"Siêu Việt"**:

Siêu Việt
- Một/Tất cả
- Sắc/Không
- Tính / Tướng
- Thân/Tâm
- Hữu Hình/Vô Hình
- Hữu Tướng/Vô Tướng

Sự vi diệu nhiệm mầu của **Tính Không** là như thế, nên chúng ta mới tạm gọi là: **"Bát Nhã Tính"**, **"Phật Tính"**, vượt mọi lý luận, vượt mọi văn tự, lời nói, vượt cả không gian lẫn thời gian là như vậy! Nhưng xin đừng quên rằng:

Chân Không, Tính Không là phải có **Diệu Hữu** mới có thể nói đến chữ **"Vượt"** này! Còn "Cái Không Tiêu Cực Rỗng Không", chẳng có một cái gì cả, thì đó chỉ là "Cái Không" của đoạn diệt! "Cái Không" của Địa Ngục!

Nhân Quả thưởng phạt tuyệt đối công minh và bình đẳng

Trong chúng ta không có một ai mà không hay nghĩ ngợi, nói năng thầm thì lung tung trong đầu óc suốt cả ngày đêm! Sự suy nghĩ miên man thầm thì ấy chính là cái **Vọng Tâm Thức**! Vọng Thức này, như con ngựa bất kham, nên khó mà điều khiển và ổn định được nó! Cho nên, chúng ta cũng chẳng khác gì những người điên, vì người điên thì la hét ra tiếng, còn chúng ta thì không nói ra thành tiếng, mà cứ nói thầm, nói thì trong đầu.

Như vậy là người điên thì điên nổi, còn chúng ta thì điên chìm. Người điên thì điên cả **hữu tướng** lẫn **vô tướng** (tức điên cả Thân lẫn Tâm), còn chúng ta thì điên về **Tâm** nhiều hơn.

Có nghĩa là, người điên luôn luôn thể hiện sự điên cuồng của mình qua cả **Thân** lẫn **Tâm** hiện hữu của họ; chúng ta cũng thể hiện sự điên cuồng của mình qua cả cái **Thân/Tâm** này, nhưng khi nổi, khi chìm; khi vô tướng, khi hữu tướng, tức khi ngầm, khi bùng nổ qua Thân, Khẩu, Ý.

Vâng, sự điên dại của chúng ta được minh chứng rõ ràng trong những lúc bị va chạm với mọi đối tượng thực tế trước mắt… thì tùy duyên thiện hay duyên ác mà lúc đó, cái "vọng ý tưởng" miên man được dịp phơi bày, để thực hành theo với ý nghĩ si mê của nó! Khiến chúng ta nói năng mê sảng, hành động điên dại, để tạo mãi vòng Nghiệp Báo của Nhân Quả Thiện/Ác; do đó mới có Sinh Tử, Luân-Hồi.

Bởi cái Vọng Tưởng điên rồ, từ vô thủy của chúng ta tự tạo là cái "Vọng Nhân", để mà có "Vọng-Nghiệp" là "Quả Thiện hay Quả Ác hiện tại" cho chính mình, trong từng kiếp. Sự chứng minh về Nhân Quả được thể hiện trong đời sống hiện tại của chúng ta, qua sức khỏe, bệnh hoạn, hay lành mạnh; thân thể đẹp đẽ hay xấu xí; tính tình hiền lành hay ác độc; trí tuệ thông minh hay ngu đần; và cuộc sống trong cảnh giầu sang hay nghèo hèn…
Đó chính là sự thưởng phạt của Nhân Quả Thiện/Ác, tuyệt đối công minh và bình đẳng cho từng Nghiệp riêng của từng người; và đồng thời cho cả Nghiệp chung là những liên hệ không thể tránh như: Về mọi ân nghĩa, hay oán thù của sự vay trả, trả vay với muôn loài muôn vật, muôn người trong bao kiếp...
Vì thế mà, ngày nay mới có những cảnh huống hiện tiền, là chúng ta đang đóng những vai trò: vợ hay chồng, con hay cháu, bạn hay thù, kẻ oán hay người ân…của nhau, để mà cùng nhau sinh hoạt trong mọi môi trường, mọi hoàn cảnh, mọi địa thế…

Tất cả là do "Nhân gieo thì Quả hái", tức là mọi sự đã được an bài trong cuộc đời của chúng ta! Mà Nhân thì cũng vẫn tự chúng ta gieo, và Quả thì cũng vẫn chính chúng ta hái. Tức là tự mình cột, thì cũng lại tự mình phải tìm cách mà cởi ra! Chứ không ai có thể giúp mình được. Khi đã hiểu, thì chúng ta chẳng nên than trời, trách đất làm gì! Hoặc đi cầu, đi xin, đi van, đi lạy, với những ai có thần quyền, để họ ban cho mình: Cái may mắn, cái tài lộc, cái sức khỏe, cái hạnh phúc, cái không bệnh tật, hoạn nạn và cái không chết chóc... Vì chính những vị có thần quyền đó, cũng vẫn đang trong cảnh nghèo nàn, hoạn nạn, vẫn đang bị đau đớn bởi tật bệnh, và cũng đang sợ hãi đợi chờ sự chết chóc, không thể tránh y như chúng ta vậy!

Muốn ra ngoài sự điên rồ, gây bao phiền não, và Nhân Quả Thiện/Ác, Sinh/Tử ấy, thì chỉ có một cách duy nhất là làm sao phải điều phục được cái cội gốc của "Vọng Tâm Thức si mê" của chúng ta thì mới thành công.

Tù hay Không Tù

Cực Lạc hay địa ngục, vẫn chính tôi
Tôi tạo Cực Lạc ngay ở đầu môi
Tôi biến địa ngục, tràn đầy nước mắt
Mọi cảnh, mọi vật, tôi làm thương ôi!

Giỏi, dốt, siêng, lười, cũng vẫn một tôi
Việc đời, việc đạo, dù nghỉ, dù chơi
Việc dở dang, hay cuộc đời ngang trái
Vẫn là tôi quyết định, nổi hay trôi

Đừng đổ tại số, tại kiếp đơn côi
Đừng đổ tại mạng, ta phải có đôi!
Đừng dị đoan, vô minh, chấp trước
Đừng trách trời, trách đất lôi thôi!

Đừng liều lĩnh, buông cuộc đời phai phôi
Đừng dồn dập, theo làn sóng biển khơi
Sáng hay tối đều do mình muốn thế
Tự Tù thôi, vì mình thích chơi vơi!

Dại khờ chi vào Ttù, khi không tội?
Can đảm lên, thoát khỏi chảo dầu sôi
Ôi cuộc đời phức tạp, khắp nơi nơi!
Sáng suốt nhé, để đừng Tù với tội

Dù lỗi nào, thì vẫn chính tại tôi
Bởi tôi muốn, nên tôi liều bước tới
Biết cõi đời là gian truân sóng gió
Ngừng hay đi, cũng vẫn chính mình thôi

Biết cuộc đời, là ảo ảnh, trò chơi
Đừng tranh chấp, chiến đấu đổ mồ hôi
Đừng bắt bỏ, vì chỉ là huyễn hóa
Đừng si mê, để vũ trụ kéo lôi!

Thôi đừng hận, ngừng trách tôi tại tôi
Kiếm Chân Thực, để ra ngoài giả dối
Dùng huyễn hóa, chuyển hào quang sáng chói
Hết dật dờ, đau khổ với lăn trôi!

Phật Đản Sinh

Đức Phật dậy:

"Phật Pháp không hề rời Thế Gian Pháp"
Vậy phải chăng, Phật vẫn hiện hữu nơi đây,
Pháp *vẫn hiện hữu nơi đây từng giây, từng phút, từng Sát Na với chúng ta?*
Đã là **Phật**, *đã là* **Pháp**, *thì đương nhiên đều Bất-Sinh, Bất Diệt...đều (Vô Thỉ Vô Sinh)! Do vậy mà* **Phật Pháp** *không có cái bắt đầu, nên cũng không có cái cuối cùng.*

Đức Phật dậy:

"**Phật Pháp** chẳng có Không Gian, nên không có chỗ để **đến** với **đi**, và **Phật Pháp** cũng chẳng có Thời Gian, nên không có **đoạn** với **diệt**"
Vậy phải chăng **Phật Pháp** *là trường tồn, là thường hằng, là bất sinh, bất diệt?*

Đức Phật dậy:

Toàn thể chúng sinh, muôn loài, muôn vật đều có "**Phật Tính**"
Vậy phải chăng Phật Pháp với chúng ta vẫn chỉ là **Một**?

Đức Phật còn dậy:

Một câu Kinh rất Trực Chỉ, rất thực tế để khai ngộ, khiến chúng ta phải suy tư và không khỏi bàng hoàng. Câu Kinh ấy như sau đây:

"Phật Pháp Xuất Thế, mà vẫn Nhập Thế"!

Câu Kinh như vậy, thì đương nhiên là chúng ta phải Sửng sốt, cũng giống như là Lục Tổ đã Sửng Sốt sau khi Giác Ngộ! Ngài đã thốt lên:

"Đâu ngờ Vạn Pháp chẳng lìa Tự Tính"

Câu Kinh này, nghĩa cũng y hệt câu Kinh Đức Phật đã dậy:

"Phật Pháp không rời Thế Gian Pháp"

Câu Kinh Đức Phật dậy ở trên:

"Tự Tính Xuất Thế, mà vẫn Nhập Thế"

Câu: **"Tự Tính Xuất Thế"** là nghĩa ra sao?

Tự Tính Xuất Thế: Thì đương nhiên rồi.

✓ Còn câu Kinh: **"Mà vẫn Nhập Thế"** thì sao?

Câu Kinh này, nghĩa cũng y hệt như câu Kinh Đức Phật đã dậy:

"Phật Pháp không rời Thế Gian Pháp",

Vậy với câu "**Mà vẫn Nhập Thế**", còn có nghĩa là:

Toàn thể: Muôn loài, muôn vật và cả vũ trụ… kể cả chúng ta, đều là "**Pháp**"… và đều đang hiện hữu tại đây! là nơi chúng ta đang hiện sống. Tất cả đều sẵn có **Phật Tính**! Như vậy, là trước mắt chúng ta:

"*Phật và Pháp đều vừa Xuất Thế*
mà vẫn Nhập Thế"

Tự Tính
Phật Tính   ⎫
Vạn Pháp   ⎬ Đều Nhập Thế

Vậy phải chăng? Bất cứ là ai mà thậm thâm được những lời Phật dậy, để chợt nhận ra chính mình vừa là "**Phật**, lại vừa là **Pháp**", thì đều là:

"*Phật Đản Sinh*"

Vậy phải chăng? Bất cứ là ai mà thậm thâm được những lời Phật dậy, để chợt nhận ra
"*Chân Lý siêu việt ấy,*" thì đều là :

"*Phật Pháp Bất Sinh/Bất Diệt*".

Xin nhấn mạnh: Tất cả những gì có trong vũ trụ này, đều được gọi là "**Vạn Pháp**". Do vậy mà:

Phật là Pháp
Pháp là Phật   } Phật/Pháp là **MỘT**

Sau đây là những câu "Kệ" để tri ân, và noi gương vị "**Thầy**" của Trời, Người và cũng là vị "**Cha lành**" chung của bốn loài chúng sinh:

Ca Khúc Tri Ân
Phật Đản Sinh

Phật Đản Sinh là ngày tri ân Đức Từ Phụ

Thầy của Trời, Người, và của toàn thể chúng sinh

Trí Tuệ, Từ Bi Ngài cứu vớt mọi sinh linh

Sao cho **Đản Sinh** ngay chính tại thân tâm mình

Là giã từ, giã từ mọi sinh tử điêu linh…

Mê mờ buông trọn, là **Đản Sinh** ta tỏa sáng

Đản Sinh ta tỏa sáng, cùng vũ trụ một **Tính Minh**

Vũ Trụ chung một Tính Minh,
                chúng sinh là **Phật Đản**

Phần II

Lý Giải về
Như Lai Tạng
dựa theo Lăng Nghiêm Kinh

NHƯ LAI TẠNG

PHƯƠNG TIỆN TRỰC CHỈ HỮU HIỆU NHẤT
"ĐỂ THOÁT KHỎI SINH TỬ LUÂN HỒI"

NHƯ LAI TẠNG TRONG LĂNG NGHIÊM KINH

Ngoài Bát Nhã Tâm Kinh còn "Như Lai Tạng" trong Lăng Nghiêm Kinh cũng là Đường Lối **"Trực Chỉ"** hữu hiệu nhất dậy về Thân/Tâm chúng ta từ ngoài vào trong… để thoát ra khỏi "Sinh Tử Luân Hồi"! Do đó, những ai muốn ra khỏi **"Thân Trung Ấm"** mãi mãi, thì phải hiểu nguyên nhân tại sao "Thân/Tâm" mình bị vô minh? Để rồi cứ lòng vòng mãi trong **Sáu Nẻo**! thì: thưa quí vị, không có gì "Trực Chỉ" hơn là chúng ta phải ôn lại thật kỹ lưỡng, thật chi tiết về chính Thân/ Tâm mình, qua **"Như Lai Tạng"** trong **Kinh Lăng Nghiêm.** Đặc biệt là phần "Diễn Tiến Vô Minh" của "Ngũ Ấm", đã khiến cho chúng ta bị hoàn toàn vô- minh để rồi tự động có "Thân Trung Ấm"!

Thực ra, có **Ngũ Ấm** là do chính chúng ta tự tạo ra, để rồi lại cũng vẫn chính chúng ta tự phải làm sao để mà thoát khỏi "Thân Trung Ấm" ấy! Thì chỉ có một con đường duy nhất là phải Tu Học thật rốt ráo để thấu hiểu thật tuyệt đối qua "**Bát Nhã Tâm Kinh**" và "**Lăng Nghiêm Kinh**", là Kinh "Trực Chỉ", dậy về Thân/Tâm của chúng ta, từ khi còn Vô Minh cho đến khi "Giác Ngộ", là sẽ giải thoát khỏi sinh tử.

Vì lý do đó, mà "**Như Lai Tạng**" lại một lần nữa được Lý Giải chi tiết hơn, rõ ràng hơn, về phần "**Ngũ Ấm**" là phần dậy thẳng ngay về Thân/Tâm của chúng ta, khi chúng ta còn Vô Minh thì:
Vai trò Ngũ Ấm, trong chúng ta diễn tiến vô cùng phức tạp và khó hiểu! Nhất là về chi tiết của "**Tiền Ngũ Thức**" thì lại càng khó hiểu hơn…
Do vậy, chúng tôi cố gắng Lý Giải thêm những diễn tiến **Vô Minh** của toàn thể "**Ngũ Ấm**"… và nhất là diễn tiến chi tiết của "**Tiền Ngũ Thức**" do đâu mà có.

Đối với con mắt Tâm Phật, Bồ Tát, và những ai đã mở con mắt Tâm, thì quả là y như Đức Phật đã nói trong **Kinh Lăng Nghiêm**, Ngài tóm thu tất cả "Tứ Khoa Thất Đại": "Ngũ Uẩn, Lục Nhập, Thập Nhị Xứ, Thập Bát Giới" và "Thất Đại" về Như Lai Tạng! là vì muôn cảnh, muôn vật, muôn sự…nó vốn dĩ như thế, không xưa, không nay, không mới, không cũ, không sinh, không tử, không Phật, không chúng sinh…

Còn đối với con mắt Vô Minh của chúng sinh thì thấy ngược lại, rồi đem "Tâm Nhị Biên" của mình để mà phân tích: Cảnh hóa hiện Cực Lạc hiện hữu… do **Tính Không**! Cũng là cảnh của **Pháp Giới Tính** trùng trùng duyên khởi ra muôn cảnh vật huyễn hóa đó.

Theo **Lăng Nghiêm Kinh** thì những cảnh vật huyễn hóa ấy chỉ dường như có, mà không phải thật có… dường như không mà không phải thật không… thì không nguyên nhân gì… không lý do gì… đột nhiên chúng ta tự khởi lên một "**Niệm Bất Giác**"! Là cái "**Kiến, Văn, Giác, Tri**" tức là: *cái Thấy, cái Nghe, cái Hay Biết*... Đó chính là cái **Vọng Giác**, là cái **Vọng Tâm**. Rồi từ cái Vọng Giác, cái Vọng Tâm, tức cái Kiến, Văn, Giác, Tri này… lại khởi lên một Niệm nữa …tức là cái **Nhất Niệm Vô Minh** của chúng ta!

Nó cũng chính là cái: "**Vọng Niệm Nhị Biên Phân Biệt**" luôn đối đãi: Chấp thật, chấp giả, chấp Có, chấp Không... Sự việc này, đã khiến chúng ta chấp muôn cảnh, muôn vật hiện hữu là "**Có Thật**"!

Tất cả mọi phiền não của chúng ta, đều là do cái điên đảo của **Nhất Niệm Vô Minh** đã đem: **Trí Tuệ Bát Nhã** chuyển thành toàn **Thức Vô-Minh**, đó là nguyên do, sinh ra: "Tám mươi bốn ngàn phiền não, trần lao" như Kinh Phật dậy.

Như vậy là muôn điều đều do **Nhất Niệm Vô Minh** hóa thân! Mà gốc của Nhất Niệm Vô Minh là "Vọng Giác", là "Vọng Tâm", hay rõ hơn nữa là cái "Kiến Văn Giác Tri", không ngoài "Thân/Tâm Vô Minh" của chúng ta! Vì vậy mà:

✓ Khi chúng ta thấy··· hay là nghe··· hay là biết···thì tất cả chỉ là **Vọng Biết!**
✓ Còn khi chúng ta không thấy··· không nghe··· không biết···thì tất cả đều là cái **Vô Ký**, tức **Vô Thủy Vô Minh!**

Ai ai cũng thắc mắc "cái Vọng Tâm", "cái Vọng-Tưởng" này ở đâu ra? Và **Nhất Niệm Vô Minh** từ đâu đến?

Xin thưa rằng, trong **Kinh Lăng Nghiêm**, Đức Phật giảng rất rõ:
Đã gọi là "**Vọng**" thì đều là "Giả", đều là không có Thật; Đã gọi là "**Mơ**" thì làm gì có nguyên nhân! Như câu chuyện **Diễn Nhã Đạt Đa**: một hôm soi gương… chợt hoảng hốt! Thấy mình không có cái **Đầu** cho nên anh đã nổi khích động… đến nỗi anh đã hóa điên! Và chạy quanh mãi để đi tìm xem ai đã lấy mất "cái **Đầu**" của anh?

Cũng có một **Giả Thuyết** khác, lại nói rằng: Diễn-Nhã Đạt Đa, khi anh nhìn vào trong gương thì thấy có **Lông Mày** và **Con Mắt**… nhưng tại sao? **Con Mắt** của anh, thì nhìn thấy được tất cả mọi vật? Còn **Lông Mày** của anh, thì tại sao? Nó lại chẳng nhìn thấy cái gì cả! Cho nên anh đã nổi cơn điên! và giận trách cái **Lông Mày** của anh, là giống yêu quái! Rồi anh bỏ chạy!

Chúng ta đều sống trong **Mơ**, mê muội bởi cái Vọng Giác và **Niệm Nhị Biên Phân Biệt**! Cho nên "**Trước Cảnh sinh Tâm**"! Thay vì chúng ta là "**Phật**", là cái vượt ra ngoài "có/không, thật/giả, biết/không biết"… thì chúng ta tự lật ngược lại: "**Phật thành Chúng Sinh**",
 "**Cõi Cực Lạc thành Cõi Sa Bà**"

Cái **Vô Thủy Vô Minh** của Thân/Tâm, Thế Giới, cũng chính là nguồn gốc của Sinh Tử! Để tự động "Vô Thủy Vô Minh" là **Thể**, còn "Nhất Niệm Vô-Minh" là **Dụng**.

Xin nhấn mạnh và nhắc lại ở trên là: Khi chúng ta **biết** cái này… **biết** cái kia… thì chỉ là "**cái Biết** của Vọng Giác, của Vọng Biết"!
Còn ngược lại, khi chúng ta **không biết**, thì nó là cái **Vô Ký**, tức "Vô Thủy Vô Minh"!

Với **Nhất Niệm Vô Minh** suốt đời này qua đời khác như vậy, chúng ta là người đang **Mơ**! Sống trong **cảnh mơ**! Cho nên mọi tìm hiểu, mọi phân tích, mọi phát minh gì… gì… chăng nữa thì cũng vẫn là **mơ**! Cho dù là Giấc Mơ ngắn, hay giấc mơ dài, thì kết quả nào cũng chỉ là "**con số không**"! Vì, khi đã là **mơ** thì không phải là **thật**! Cứ như thế… với "Nhất Niệm Vô Minh" nó thêu dệt mọi "vọng tưởng phiền não"! **Cái Ý Niệm kiên cố này** luôn luôn chấp Thật có **Ta**, chấp thật có **Người**, chấp thật có **Nghiệp Thiện**, có **Nghiệp Ác**, có **Sinh Mạng** với số lượng thời gian, không gian! Và rồi đi đến kết quả là: Chúng ta đã tự tạo, tự chiêu cảm nên **Vòng Sinh Tử Luân Hồi** không bao giờ chấm dứt.

Để tỉnh **Mộng**, chúng ta cần phải **Giác Ngộ** thì mới ra khỏi "Cơn mộng mơ quái ác sinh tử" ấy! Mà khi muốn tỉnh mộng, thì chúng ta cũng phải có phương pháp, nhưng chẳng có phương pháp nào hữu hiệu và thực tế bằng cách nương vào một "Phương Pháp Thực Tiễn" nhất của Đức Phật, là **học hỏi về chính Thân/Tâm mình để tỉnh ngộ chính mình**.

Vì khi đã hiểu rốt ráo về "Mình", đã rõ biết "Mình là ai?" Thì cũng sẽ rõ biết vũ trụ, vạn vật là gì! Và mục đích cũng tự động được hoàn tất.

Nếu chúng ta không muốn có Thân Trung Ấm nữa, thì phải đi đúng Chân Lý của Đức Phật. Và bây giờ để cứu Thân Trung Ấm, chúng ta hãy nghe những Lời Khai Thị như sau:

Khai Thị

Trên cõi đời này, chúng ta vì quá khổ đau nên mới đi kiếm "**Chân Lý**" để ra ngoài sự khổ đau ấy. Nhưng hầu hết cái Chân Lý mà chúng ta đi kiếm, đều là đi về một nơi nào đó, chỉ toàn là "**vô-tướng**":!không hề có "**hữu tướng**"! Nơi "vô-tướng", nơi "hư vô" ấy có nhiều tên khác nhau… nhưng rút cuộc đều cùng một nghĩa là nơi "vĩnh cửu, an lạc", như vậy, là chúng ta không chấp nhận Thế- Giới đang hiện hữu này, vì Thế Giới này là "Vô- Thường" và chỉ toàn là hữu tướng! Cho nên chúng ta luôn luôn đổ tội cho Thế Giới mà chúng ta đang hiện sống, là cái nơi chỉ làm cho chúng ta đau khổ mà thôi! Do đó, khi chúng ta chết, thì hầu như tất cả mọi người đều mong muốn cho cái Linh- Hồn, cho cái Tâm Linh của mình được về cõi toàn là Vô- Tướng ấy, để Tâm Linh chúng ta được an lạc và hạnh phúc…

Hoài bão đó, là chúng ta chỉ chú trọng đến cái "Tâm Linh vô tướng" của mình, mà bỏ đi cái "Thân hữu tướng"! Tức là chúng ta ở trong trạng thái chỉ **có Trí mà không có Thân**, có nghĩa là chúng ta chỉ có cái **"Không"** mà thiếu mất cái **"Sắc"**! Như thế thì chúng ta đã đi ngược lại với "Bát Nhã Tâm-Kinh". Đức Phật đã dậy rằng:

Phật Pháp không bao giờ rời **Thế Gian Pháp**

Và vẫn trong "Bát Nhã Tâm Kinh", Đức Phật đã chỉ rõ:

> **Sắc** tức thị **Không**, **Không** tức thị **Sắc**

"Sắc": Có nghĩa là những hình tướng của vũ trụ vạn vật và cả hình tướng của chúng ta nữa. "Không": Có nghĩa là "Tính Không" vi diệu, nhiệm mầu, cũng chính là "Phật Tính" của chúng ta và của vũ trụ vạn vật...

Sắc/Không đã chẳng hề rời được nhau, cho nên Đức Phật mới dậy:

> **Sắc** chính là **Không**, **Không** chính là **Sắc**

Thì phải chăng:

> **Sắc/Không** chỉ là **Một**

Như thế thì, thưa quí vị, nơi nào có đủ cả **"Sắc"** lẫn **"Không"** thì mới đúng mạch "Kinh Bát Nhã" như Đức Phật đã dậy! Còn nơi nào chỉ có một là **"Sắc"**, hoặc hai là **"Không"**, thì nơi đó chỉ có một nửa mà thôi! tức là không đúng với y chỉ của "Bát Nhã - Tâm Kinh"

Do lẽ đó, mà chúng ta đã hiểu rõ là: Chỉ có ở vũ trụ này, mới có đầy đủ cả "**Sắc**" lẫn "**Không**", bởi vì toàn thể vũ trụ này, nơi nào cũng có hình tướng của vạn vật, đó chính là các "**Sắc**".

Và cũng vẫn trong toàn thể vũ trụ vạn vật này, thì từ con Kiến cho đến ngọn cỏ đều có sức sống ẩn mật, âm thầm làm cho vạn vật đều rất sinh động và luôn luôn tươi mát trong từng Sát Na… Đó là "**Tính**" chung của vạn vật, tức là "**Tính Không**" của vạn vật và chính là "**Phật Tính**" của chúng ta, và cũng là **Phật Tính** của vũ trụ vạn vật.

Có như thế mới là : **Phật Pháp** không rời **Thế Gian Pháp**

Có như thế mới là : **Tâm** chẳng rời **Thân**

Có như thế mới là : **Tính** chẳng rời **Tướng**

Có như thế mới là : **Vô Tướng** chẳng rời **Hữu Tướng**

Có đầy đủ **Sắc/Không** như thế, mới Tu được thành Bồ Tát, thành Phật.

Vì vậy, những ai chỉ có **Tính** mà không có **Tướng**, hoặc chỉ có **Tâm** mà không có **Thân**! Tức là chỉ có "**Không**" mà chẳng có" **Sắc**"! Thì sẽ rất nhiều phiền não, khổ đau và cứ sinh tử mãi mãi … là như thế đó!

Thanh tịnh Liên – **Như Lai Tạng Trực Chỉ Lý Giải Ngắn Gọn**

HỌA ĐỒ THÂN TÂM VÔ MINH

		Ngũ Uẩn	Ngũ Trược	Ngũ Vọng	Bát Thức
Thân Tâm Vô Minh	**Ngũ Uẩn**	Sắc Uẩn	Kiếp Trược	Vọng Tưởng Kiên Cố	Tiền Ngũ Thức
		Thọ Uẩn	Kiến Trược	Vọng Tưởng Hư Minh	
		Tưởng Uẩn	Phiền Não Trược	Vọng Tưởng Dung Thông	Ý Thức (Thức số 6)
		Hành Uẩn	Chúng Sinh Trược	Vọng Tưởng U Uẩn	Thức số Bảy
		Thức Uẩn	Mệnh Trược	Vọng Tưởng Vi Tế	Thức số Tám
	Lục Nhập	Cái Thấy giới hạn (Nhãn Căn tiếp xúc với Sắc Trần)			
		Cái Nghe giới hạn (Nhĩ Căn tiếp xúc với Thanh Trần)			
		Cái Ngửi giới hạn (Tỉ Căn tiếp xúc với Hương Trần)			
		Cái Nếm giới hạn (Thiệt Căn tiếp xúc với Vị Trần)			
		Cái xúc giác giới hạn (Thân Căn tiếp Xúc với sự nóng lạnh, trơn nhám ...)			
		Cái hiểu biết giới hạn (Ý Căn tiếp xúc với Pháp Trần)			
	Thập Nhị Xứ	Nhãn Căn duyên với Sắc Trần mà có nhãn thức là cái Thấy giới hạn			
		Nhĩ Căn duyên với Thanh Trần mà có nhĩ thức là cái Nghe giới hạn			
		Tỉ Căn duyên với Hương Trần mà có tỉ thức là cái Ngửi giới hạn			
		Thiệt Căn duyên với Vị Trần mà có thiệt thức là cái Nếm vị giới hạn			
		Thân Căn duyên với Xúc Trần mà có thân thức là cái xúc giác giới hạn			
Tử Khoa		Ý Căn duyên với Pháp Trần mà có ý thức là cái hay biết giới hạn			
	Thập Bát Giới	Sáu Căn (Nhãn, Nhĩ, Tỷ, Thiệt, Thân, Ý)			
		Sáu Trần (Sắc, Thanh, Hương, Vị, Xúc, Pháp)			
		sinh ra Sáu Thức (Nhãn Thức, Nhĩ Thức, Tỉ Thức, Thiệt Thức, Thân Thức, Ý Thức) là mười tám cái ngăn che Tự Tính			
	Thất Đại	Đất, Nước, Gió, Lửa, Không, Kiến và Thức			

Phần cốt tủy của Như Lai Tạng trong Lăng Nghiêm Kinh

Thân Tâm Vô Minh:

Bởi Vọng Giác (*Kiến, Văn, Giác, Tri*), bởi Nhất-Niệm Vô Minh mà chúng ta có Thân Tâm Vô Minh; Con người của chúng ta từ ngoài vào trong bao được gồm bởi "Tứ Khoa, Thất Đại", theo Kinh Lăng-Nghiêm được tóm tắt như sau:

Trước hết, **Tứ Khoa, Thất Đại được** nói **một cách tổng quát:**

1./ Tứ Khoa gồm :

    Ngũ Ấm, Lục Nhập, Thập Nhị Xứ
       và Thập Bát Giới

A./ - Ngũ Ấm: Là năm cái ngăn che làm chúng ta không nhận được "Tự Tính":

❖ Ngăn che do **Hình Tướng** (*Thân và Cảnh*) thì gọi là **Sắc Ấm**.
❖ Ngăn che do **Cảm Giác** thì gọi là **Thọ Ấm**.
❖ Ngăn che do **Tưởng Tượng** các Danh Tướng thì gọi là **Tưởng Ấm**.
❖ Ngăn che do **Tâm Niệm** thay đổi bởi các sự vật hoặc đáp ứng với sự vật thì gọi là **Hành Ấm**.
❖ Ngăn che do những **Tập Quán** sai lầm chứa chấp trong Tiềm Thức thì gọi là **Thức Ấm**.

B./- Lục Nhập: Là sáu cách thu nạp Trần Cảnh (*Tiền Cảnh*) để hiểu về Trần Cảnh một cách rất hạn hẹp, cái sự hiểu hạn hẹp đó làm ngăn che "Tự Tính".

➢ **Nhãn Căn** thu nạp **Sắc Trần** để thấy Sắc Trần một cách giới hạn.
➢ **Nhĩ Căn** thu nạp **Thanh Trần** để nghe âm thanh một cách giới hạn.
➢ **Ý Căn** thu nạp **Pháp Trần** để hiểu biết Pháp Trần một cách hạn hẹp.

Và tất cả các căn khác : Tỉ Căn, Thiệt Căn, Thân Căn cũng cùng đồng một nghĩa ấy.

C./ **Thập Nhị Xứ**: Là mười hai chỗ sinh ra sự hay biết rất giới hạn, làm ngăn che "Tự Tính".

Nhãn Căn với **Sắc Trần**.
Nhĩ Căn với **Thanh Trần**.
Tỉ Căn với **Hương Trần**.
Thiệt Căn với **Vị Trần**.
Thân Căn với **Xúc Trần**.
Ý Căn với **Pháp Trần**.

D./ - **Thập Bát Giới:** Là mười tám cái riêng biệt giới hạn bởi bị cách bức ngăn ngại sự Thấy, Nghe, Hay Biết:

Sáu Căn: Nhãn, Nhĩ, Tỷ, Thiệt, Thân, Ý.

Sáu Trần: Sắc, Thanh, Hương, Vị, Xúc, Pháp

Sáu Thức: Nhãn Thức, Nhĩ Thức, Tỷ Thức, Thiệt Thức, Thân Thức, Ý Thức ngăn che "Tự Tính".

2./ Thất Đại: Nói một cách tổng quát là: đất, nước, gió, lửa, không, kiến và thức.

Thân người được bao gồm bởi:

Đất: Xương, da, lông móng…
Nước: Máu mủ, mồ hôi, nước bọt…
Gió :   Không khí, hơi thở, thổi hơi
Lửa :   Hơi ấm
Không: Hư không vô ký (*khi còn Vô Minh*)
Kiến: cái Thấy tĩnh lặng không dao động là **"Thể"**
Thức   Vì là "Tâm Ý Thức phân biệt" luôn dao động. Nó có tác dụng nhận biết muôn điều, muôn vật của thế gian là *"Dụng"*

Vẫn theo Lăng Nghiêm Kinh
Tứ Khoa, Thất Đại
đi vào chi tiết hơn như sau

Ngũ Ấm hay Ngũ Uẩn, rất phức tạp! Dựa theo Kinh Lăng Nghiêm, chúng ta sẽ đi từ thô tới tế, từ vật chất đến tinh thần… cho nên cái tên của nó, cũng theo đó mà thay đổi, sao cho hợp tình, hợp lý với nó như những tên:

    Ngũ Uẩn - Ngũ Trược - Ngũ Vọng - Ngũ Thức

Nhất là chúng ta sẽ đi sâu vào những phần tối quan trọng là:

    "Diễn Tiến Vô Minh" của **Ngũ Ấm"**…

Nó chính là phần cốt tủy, đã tạo nên Thân/Tâm sinh tử của chúng ta! Mà thủ phạm làm nên nông nỗi ấy, lại cũng chính là chúng ta.

Hình Đồ I

Hình Đồ của Ngũ Ấm
(diễn tiến từ khi còn **thơ ngây Vô Minh**
cho đến **trưởng thành Vô Minh**)

	Sắc	Thọ	Tưởng	Hành	Thức
Ngũ Ấm	ngăn che Tự Tính	Tà cảm thọ ngăn che Tự Tính	Phiền não bám víu ngăn che Tự Tính	vận hành âm thầm của Thiện/Ác và tạo Nghiệp	chứa chấp thói hư, tật xấu ngăn che Tự Tính
	↓	↓	↓	↓	↓
	Sắc	**Thọ**	**Tưởng**	**Hành**	**Thức**
Ngũ Trược	Kiếp Trược	Kiến Trược	Phiền Não Trược	Chúng Sinh Trược	Mệnh Trược
	↓	↓	↓	↓	↓
	Sắc	**Thọ**	**Tưởng**	**Hành**	**Thức**
Ngũ Vọng	Vọng tưởng Kiên Cố	Vọng tưởng Hư Minh	Vọng tưởng Dung Thông	Vọng tưởng U Uẩn	Vọng tưởng Vi Tê
	↓ Tiền Ngũ Thức	↓	↓ Thức 6	↓ Thức 7	↓ Thức 8
	Sắc	**Thọ**	**Tưởng**	**Hành**	**Thức**
Ngũ Thức	Nhãn Thức Nhĩ Thức Tỷ Thức Thiệt Thức	Thân Thức	Thức Phân Biệt	Mạt Na Thức	A Lại Da Thức

Trước tiên nói về **Ngũ Uẩn**

1. Ngũ Uẩn gồm có:
Sắc Uẩn, Thọ Uẩn, Tưởng Uẩn,
Hành Uẩn, Thức Uẩn.

➢ ***Sắc Uẩn:*** Làm ngăn che "Chân Tính" bởi mọi hình tướng là Thân, là Cảnh như tất cả mọi vật có hình tướng và mầu sắc.

➢ ***Thọ Uẩn:*** Làm ngăn che "Chân Tính" do cảm giác như mọi sự đau đớn, nóng lạnh…(*thuộc về Thân*), khổ vui, yêu ghét…(*thuộc về Tâm*).

➢ ***Tưởng Uẩn:*** Làm ngăn che "Chân Tính" do tưởng tượng các danh tướng của mọi sự vật, thí dụ: ngồi đây mà tưởng nhớ người, nhớ cảnh bên Việt Nam, và ngược lại từ mọi sự vật trước mắt, tùy theo cá tính riêng, những đặc biệt riêng và những liên hệ riêng của chúng, mà tưởng tượng sâu hơn rồi đặt tên và tạo hình cho chúng.

➢ **Hành Uẩn**:

Làm ngăn che "Chân Tính"
do Tâm Niệm thay đổi từng sát na! bởi
đáp ứng, va chạm với mọi sự, mọi vật!
Có nghĩa là "Tâm Niệm" không bao giờ
cố định! Nó bị chi phối, thay đổi theo
cảm giác tiếp xúc với muôn cảnh, muôn
vật hiện hữu trước mắt. Nói cách khác
"Tâm Niệm" chạy theo vạn vật và bị
vạn vật chuyển xoay!

➢ **Thức Uẩn**:

Làm ngăn che "Chân Tính"
do những chủng tử của tập quán, thói quen:
bảo thủ, sai lầm chứa chấp trong Tiềm Thức
lâu đời, lâu kiếp như những tập khí:
chấp ngã, sân hận, ngạo mạn, nghiền rượu,
nghiền thuốc…

Bản tính của chúng ta vốn Thường Trụ, Thanh Tịnh nhưng vì chúng ta tự tạo ra cái "Vọng Tâm", nên đương nhiên phải theo "Vọng", và để cho Vọng Tưởng choán mất **Tâm Tính** của chúng ta, do đó mới sinh ra "**Ngũ Trược**".

Từ cái Ngũ Uẩn càng ngày càng ô nhiễm hơn... nên gọi là "Ngũ Trược"!

1. Ngũ Trược
gồm có: Kiếp Trược, Kiến Trược, Phiền Não Trược, Chúng Sinh Trược và Mệnh Trược.

Kiếp Trược:

Sắc
Từ cái "vốn Vô Vi", chúng ta tự khởi lên cái "**Vọng Giác**", tức là đem lật ngược cái "Vốn Vô Vi" thành "hữu vi" thường tình. cái "Biết Thường Hằng Vô Hạn" thành cái "Biết Hữu Hạn"! Để tạo thành kiếp chúng sinh! Cùng một Tâm Tính mà chúng ta tự đem "**Sắc**" chia làm hai để có Năng/có Sở, có Người/có Ta, có Thân/có Tâm! Nhưng giai đoạn này, thì cái Năng Minh (Ta, Tâm Ta) chưa có phân biệt và cái Sở Minh (Người, Thân Ta) chưa có hình tướng. (Giai đoạn này cái Bào Thai đang cấu tạo chưa thành Thân/ Tâm).

Kiến Trược:

Thọ { Giai đoạn "Kiến Trược" tạo thành **Tà Kiến**, **Vọng Kiến** (chính là cái Tâm Nhị Biên Phân-Biệt): "Tâm Tính" tức là cái "Tâm Nguyên-Thủy" nhưng đã bị chúng ta chia ra có: Thân/Tâm; có Cảnh. Nghĩa là chúng ta tự đem cái "Vọng Hay Biết" giới hạn, tức là : **Cái Tà Kiến Vô Minh**, cũng là cái Năng Minh cột vào cái Thân Tứ Đại (Sở Minh), làm cho những vật vô tri là toàn Thân chúng ta cũng có cái **Tà hay biết**, rồi đem "Thân" đối với "Cảnh", **"Cảnh" đối với "Thân", nên sinh ra nhiều cảm** giác khác nhau (cũng do cái: "Tà Kiến hiểu biết"), tuy nhiên ở giai đoạn này, cảm giác (cái "Tà Hay Biết") còn hồn nhiên chưa ô nhiễm nặng vì cái "Nhất Niệm Vô Minh" chưa già dặn! cho nên chưa phân tích được chi tiết thành sự sự, vật vật. (Giai đoạn này đứa bé đã chào đời).

Phiền Não Trược

Tưởng ⎰ (tạo thành nghiệp quả) Là bởi cái: "**Tà Tâm Ý Thức**" của chúng ta gom góp, tóm thu tất cả mọi cảm giác giả dối bởi
cái **Tà Kiến** chính là "cái **Tà Hay Biết-Vô Minh**" ; khi "Thân/Tâm" đối "Cảnh", "Cảnh" đối với "Thân/Tâm": thì trước tiên
" Ý Thức" phát hiện mọi hình tướng của mọi sự vật, rồi nương theo các hình tướng chung ấy mà phân biệt sự này, vật khác tùy vào từng cá tính đặc biệt hay hình tướng
đặc biệt riêng của nó mà đặt tên, rồi tạo nên cảnh danh ngôn, danh tướng để rồi, lại chính mình: ưa/ghét, nhớ/thương, nghĩ ngợi, làm cho Tâm Thức luôn luôn bị rối loạn, căng thẳng và khổ não! (Giai đoạn này đứa bé trên đường trưởng thành, đang học hỏi và đang tạo những nghiệp Thiện Ác).

Chúng Sinh Trược

Hành { (tạo thành chúng sinh trôi lăn): Tới giai đoạn này thì cái "Vọng Tưởng Thân Tâm" đã trưởng- thành, có nghĩa là chúng ta đã hoàn toàn rời bỏ "Chân Tâm Thường Trụ" là cái vốn sẵn có của mình, để nhận cái "Vọng Tâm Thức phân biệt", sinh/diệt là Tâm của mình, nhận cái "Thân Tứ Đại Sinh Diệt" là "Thân" của mình! thì làm sao mà tránh được quả báo Diệt Sinh! Mặc dù chúng ta muốn sống mãi, nhưng quả báo Sinh-Diệt lại bắt buộc những cái có "Sống" thì phải có "Chết", nên khi chúng ta phải Chết thì cứ khóc than, luyến tiếc mãi cái "Sống", do lẽ đó mà chúng ta cứ bám víu vào hết "Thân" này đến "Thân" khác để được sống! Đó là dòng nghiệp báo, dài vô cùng tận để chúng ta xoay vần mãi trong Lục Đạo. (Giai đoạn này đã thành Chúng Sinh, Thân/Tâm chấp chước kiên cố như sắt, như thép khó mà chuyển hóa).

Mệnh Trược

Thức
> Định Mệnh an bài cố định: Chúng ta sống với "Thân" nào ở trong "Lục Đạo" thì bị dính liền với "Thân" ấy, và phải bị các tổ chức của "Thân" ấy ràng buộc theo từng bộ phận trên "Thân" cũng đã được an bài cố định theo từng NghiệpThân/Tâm là: Nam hay Nữ? xấu hay đẹp? Nếu là loài súc sinh, là loài thấp sinh, là loài hóa sinh…tất cả cũng đều được an bài y như vậy trong Nghiệp của họ… và tất cả mọi loài vừa kể, đều tự động bị điều khiển cũng **như bị chấp nhận mọi thi hành qua mệnh lệnh** của Tâm Thức! mà lĩnh thọ **THỨC** những cảm giác nhất định, làm cho cái:
>
> "**Tính Thấy Biết Viên Mãn**" bị hiện nghiệp hạn chế! Cho nên chúng ta chỉ Thấy với Con Mắt; Nghe với cái Tai… (Giai đoạn này chúng sinh tự tạo nghiệp, tự chiêu cảm để có định mệnh an bài trong sáu nẻo).

Từ Ngũ Trược cứ mãi tạo phiền não để có "kiếp" của chúng sinh với sự sống chết không ngừng! Cội gốc của những thứ này chính là "Ngũ Vọng". Ngũ Vọng chính là cội gốc của "Ngũ Ấm":

Tất cả đều là vọng tưởng. Chúng ta bao kiếp Sinh/Tử trôi lăn hết Thân này lại qua Thân khác, chỉ vì cố chấp, chấp thật cái **"Vọng Tâm, Ý, Ý Thức"** là mình, nên khi gá vào "Thân" nào thì đem "Vọng Tâm Thức" vào "Thân" ấy để tạo thành "Ngũ Vọng như trình bày sau đây:

1. **Ngũ Vọng** (Cội gốc của Ngũ Ấm):

Cội gốc của "Ngũ Ấm" đều do "Vọng Tưởng", chúng ta bao kiếp sinh tử trôi lăn hết thân này lại sang thân khác chỉ vì cố chấp, chấp thật cái "Vọng-Tâm, Ý, Ý Thức" là mình, nên khi gá vào thân nào thì đem "Vọng Tâm Thức" vào thân ấy để tạo thành "Ngũ- Vọng" như được trình bầy sau đây:

Vọng Tưởng Kiên Cố (cội gốc của Sắc Ấm):

Sắc { Như Sắc Thân hiện tiền của chúng ta đây là Vọng Tưởng Kiên Cố.

Vọng Tưởng Hư Minh (cội gốc của Thọ Ấm):

Thọ { Các Cảm Thọ đều xúc động đến Thân Thể một cách vi tế đến nỗi chỉ tưởng tượng thôi mà "Sắc Thân" bị ảnh hưởng và bị sai khiến.

Thí dụ: chỉ nghe nhắc đến quả chanh chua mà trong miệng tự nhiên nước bọt chảy ra! Nếu cái "Sắc Thân" của chúng ta không phải đồng một loài hư vọng (Thân vọng tưởng), thì duyên cớ gì mà bị ảnh hưởng? Chung qui chỉ vì chấp mọi cảm giác là thật, là thường hằng nên chúng ta mới bị mọi "cảm giác thế gian" trói buộc chặt chẽ, khó mà thoát ra được!

Vọng Tưởng Dung Thông (cội gốc của Tưởng Ấm):

Tưởng
Ý nghĩ sai khiến "Sắc Thân" hỏi rằng nếu "Sắc/Thân" không hư vọng, không phải là "**Thân vọng tưởng**". Thì làm sao "Thân" chúng ta lại theo ý nghĩ sai khiến? Khi thức thì "Tâm Thức" lúc nào cũng tưởng tượng các danh ngôn, danh tướng. Rồi lại từ danh ngôn, danh tướng mà tưởng tượng ra sự sự, vật vật để sống trong cảnh danh ngôn, danh tướng ấy. Khi ngủ thì chiêm bao, và cũng sống trong cảnh danh ngôn (*lời nói*), danh tướng trong chiêm bao khi nhắm mắt; Khi thức lại cũng sống trong cảnh danh ngôn, danh tướng trong chiêm bao khi mở mắt, làm cho "Tâm Niệm" luôn luôn lay động, bận rộn. Những "Vọng Tính" tưởng tượng, suy nghĩ lay động đó là: "Vọng Tưởng Dung Thông".

Vọng Tưởng U-Uẩn (cội gốc của Hành Ấm):

Hành { Tư tưởng cùng thân thể của chúng ta chuyển hóa không ngừng, âm thầm dời đổi, sinh sinh, diệt diệt mãi trong từng sát na, mà chúng ta không hề hay biết như: móng tay, tóc âm thầm dài ra, khí lực thầm âm thầm tiêu hao, da mặt âm thầm nhăn nhúm... những cái âm thầm dời đổi đó, những hành niệm không dừng ấy… nào chúng ta có hay biết gì đâu! Đó chính là: "Vọng Tưởng U Uẩn".

Vọng Tưởng Vi Tế (cội gốc của Thức Ấm):

Thức

Xin luận bàn sơ qua: "Thức Ấm" là "Đệ Bát-Thức, là Vọng Thức", vì nó chịu và bị từng niệm, từng Niệm Hư Vọng (Vọng Tưởng) huân-tập! Cái "Đệ Bát Thức" là "Vọng Tưởng Điên Đảo", vi tế huyễn hóa, trống rỗng này. Nó tập trung, gom góp và quán xuyến mọi điều thấy, nghe, hay biết của chúng ta. Tạng Thức ấy thấy giống như vắng lặng, nhưng thật ra không phải thế, nó như dòng nước chảy gấp, và vì chảy quá nhanh mà trông như đứng lặng! Chứ không phải là không chảy. Nói cách khác là niệm niệm sinh-diệt tiếp nối nhau không dứt, mọi chủng tử liên tục. Hỏi nếu cội gốc của nó không phải là "Vọng Tưởng" thì nó không bao giờ chịu để từng niệm hư vọng huân tập như thế? Ngoài ra nó cũng còn một nhiệm vụ, là tự nó ghi và giữ lại mọi hình ảnh rất chi tiết do Thức số-Bảy truyền cất vào, khiến cho chúng ta có thể nhớ lại mọi điều trong quá khứ. Vậy cội gốc của Thức Ấm là Vọng Tưởng Vi Tế huyễn hóa. Với cái vọng này chúng ta cột trói chặt, chấp chặt và mang theo hết đời này sang đời khác, hết Thân này đến Thân khác.

Thức

Bằng một cái "Vọng" quá ư vi tế, nhưng lại cũng quá ư kiên cố! Nó chứa chấp đầy Thói Quen, Tập Khí… cũng như những Nghiệp Báo Thiện/Ác v.v…

Thưa, đúng như vậy: Với một quan niệm "Vọng" chấp thật vững chắc, không thay đổi, chúng ta chấp thật Thân Thất Đại và Ngũ Uẩn là mình! rồi ôm theo Thần Thức là "Bát Thức Vô Tướng" ấy, cũng chính là cái "Luồng Nghiệp Lực" bất biến mà lại diễn tiến không hề ngừng từng Sát Na! Nó chính là Luồng Nghiệp lực cuối cùng khi ta chết, và rồi nó lại tự động tái sinh Nó chính là luồng Nghiệp Lực đầu tiên cho ta đi Thọ Thai. Cứ quanh quẩn mãi như thế, không bao giờ chấm dứt, để chúng ta phải an phận với "Thân Ngũ Uẩn", vì đã lỡ đem "Chân Tính Thường Trụ" chia ra thành hai, thành Sáu Căn, làm cho sự thấy, nghe, hay biết bị ngăn ngại, cách bức nhau, và cũng tự chiêu cảm với định mệnh, để mà an bài trong Sáu Nẻo.

Tất cả mọi phiền não sinh tử đều là do cái "**Tà Kiến là Thọ**" tức là cái **Bất Giác**, lại cũng là cái "**Vọng Giác**", và vì cái "**Vọng Bất Giác**" ấy điều động nên mới có "**Bát Thức**".

2. Bát Thức (Ngũ Ấm đi vào vi tế) gồm có:

Sắc/ Thọ
{
A./ **Tiền Ngũ Thức** : Được tạo dựng là do "**Sắc/Thọ**", mà cái "**Thọ**" là "**Tà Kiến**" là "**Tâm**", nó chính là thủ phạm phối hợp với cái "**Sắc**" là "**Thân**"! rồi nó ngược ngạo, điên đảo làm sao… để chính nó trở thành cái "**Căn Thân**" tức là cái "**Thân Thọ**" … rồi hội nhập với "**Trân Cảnh**" là "**Xúc Trần**" để mà có "**Thân Thức**"! chính là "**Thức số 5**", là một trong 5 Thức đầu của "**Tiền Ngũ Thức**"

Sự cấu tạo về **Thức Số 5** rất phức tạp! Tại đây, xin được mô tả chi tiết về nó như sau:
}

Sắc/ Thọ
{
Vì cái **Sắc** trong "**Tiền Ngũ Thức**" đã ở vai trò là "**Căn Thân**"…và cái "**Căn Thân**" đã tạo dựng được "**Thân Thức**" cho nên tại sao chỉ còn 4 Căn, và 4 Thức như sẽ mô tả ở những hàng dưới đây:

Bốn Căn: Mắt, Tai, Mũi, Lưỡi
với "Đối Tượng" hội nhập là:
Bốn Trần: Sắc, Thanh, Hương, Vị

Bốn Thức: Nhãn Thức, Nhĩ Thức, Tỷ Thức, Thiệt Thức

Có nghĩa là chúng ta chỉ có 4 Thức: Nhãn Thức, Nhĩ Thức, Tỷ Thức, Thiệt Thức! là chưa đầy đủ **5 Thức**, để trọn vẹn là "**Tiền Ngũ Thức**"!
Cho nên mới phải cộng thêm "**Thức Số 5**" đã được cấu tạo, như mới trình bầy ở trên; Đó chính là cái "**Thân Thức**" là Một trong **5 Thức đầu** của "**Tiền Ngũ Thức**".

Sự cấu tạo của "**Tà Kiến là Thọ**" rất ngược ngạo, rất phức tạp, rất điên đảo… như vậy! mới tạo dựng được hoàn toàn vai trò gọi là:
Tiền Ngũ Thức
}

Để hiểu rõ hơn về "Tiền Ngũ Thức", xin coi Hình Đồ từ trang (187-190).

B./ Tưởng Ấm :

Tưởng
{
Là Ý Thức, cũng còn gọi là "**Thức số 6**", có rất nhiều nhiệm vụ như: nó vừa làm môi giới cho Mạt Na Thức (*Thức số 7*) vừa liên hệ với A Lại Gia Thức (*Thức số 8*) bên trong, lại vừa liên hệ với "Tiền Ngũ Thức" (*Năm Thức đầu*) bên ngoài; Nó có tên khác nhau tùy theo nhiệm vụ mà gọi như :

Thức Nhị Biên Phân Biệt: Nó luôn phân biệt, học hỏi, quan sát, tính toán, nhận biết về Trần Cảnh (*mọi sự, mọi vật của Thế Gian*), nếu không có nó thì sáu Căn tiếp xúc từng Sát Na với sáu Trần chỉ có Giác Quan, như Nhãn Căn thấy mà không biết là thấy cái gì! Nhĩ Căn nghe tiếng mà không biết là nghe tiếng của cái gì! cho nên phải có nó mới phân biệt minh bạch, là khi thấy thì thấy người hay vật? mầu xanh hay đỏ? Khi nghe tiếng, thì nghe tiếng người hay tiếng chim kêu, tiếng xe chạy?... Vai trò và nhiệm vụ của **Thức số 6** cũng là "Ý Thức" này: Là phân biệt, là phân tích mọi sự sự, vật vật, (*tức tiền cảnh thế gian*) xem tốt hay xấu, ngon hay dở, giầu hay nghèo rồi đưa cho Thức số 7 là xong, chứ nó không có trách nhiệm là phải nhớ những kết quả của sự phân biệt ấy.

Tưởng
{
Độc Đầu Ý Thức: Chỉ một mình Ý Thức tự duyên, tự biến, tự tạo dựng những cảnh tượng trong chiêm bao mà không cần liên hệ gì với Năm Căn trước (*Ngũ Giác Quan*).

Nhiệm Vụ Tưởng Tượng: Nó điên đảo, thêu dệt, tưởng tượng hình tướng rồi đặt tên, đặt tuổi cho các sự sự, vật vật để có cảnh danh ngôn (*lời nói*): mà nói, mà viết; để có cảnh hình tướng: mà vẽ, mà tả…Rồi lại từ tướng hình, lời nói, lời viết đó mà tưởng tượng ra
sự sự, vật vật ….

Tóm lại: "Ý Thức" là một trong "Tám Thức" rất quan trọng, vì sự hoạt động của nó rất rộng rãi, rất vi tế. Chính bản thân nó thì luôn luôn hoạt động ngày đêm, nhưng cũng có lúc nó gián đoạn như khi ngủ thật say, khi không mộng mơ, khi bị chụp thuốc mê, khi bất tỉnh, và Ý Thức mất hẳn khi chết.

C./ Hành Ấm:

Hành {

Là "Ý Căn", cũng là Mạt Na Thức (*Thức số 7*):
"Hành" là kết quả của "Tưởng", cũng là "quả của Ý Thức" (Thức số 6); Nó cũng có rất nhiều nhiệm vụ như sau:

1./ Phần Thô:
Nó bị ý nghĩ sai khiến, nên tự động Thân Khẩu vâng lệnh ý nghĩ đó mà thi hành một cách thật hài hòa với ý nghĩ.

Phần Tế:
Tư tưởng nó vận hành âm thầm rất là vi tế:

a). Nó đem tất cả mọi niệm dù Thiện hay Ác vào Tạng Thức (*Thức số 8* làm Nhân Nghiệp, cất giữ ở đó, để chờ đầy đủ Nhân Duyên mà tạo Quả Thiện hay Quả Ác. Khi Quả nào được đầy đủ Nhân Duyên chín trước thì sẽ được phát hiện ở tương lai.

b) Nó đem các Pháp, các Chủng Tử, các quả Thiện, Ác từ trong Tạng Thức (Thức số 8) truyền tống ra ngoài khi cần; Do đó nó còn có tên là "Truyền Tống Thức".

Hành
2./ Nó là quả của "Ý Thức" (*Thức số 6*), mà cũng lại là "cội gốc của Ý Thức". Chính cội gốc này sinh ra Ý Thức
3./ Chấp Ngã, cũng là Thức số 7.
4./ Nó cũng là kẻ coi kho (*Kho "A Lại Gia Thức"*).
5./ Nó luôn luôn suy nghĩ, ôn lại, và Thu nạp những điều đã học hỏi. Ngoài ra nó còn có nhiệm vụ là phải nhớ những điều đã thấy, nghe, hay biết! Nhưng nó lại lúc thì nhớ, lúc thì quên, nên nó phải dựa vào "Tiềm-Thức" và tùy theo Tiềm Thức đưa ra được cái gì thì gọi là nhớ, Tiềm Thức không đưa ra được thì gọi là quên. Chỉ vì "Ý Căn" không thể duyên, và đi thẳng ngay vào "Tiềm Thức" được!
Như vậy, do Nhớ/Quên, Thức/Ngủ đối đãi mà có "Ý Căn"; Ý Căn đối đãi với Pháp Trần mà có "Ý Thức".

Hành

Tóm lại Ý Căn và Ý Thức đều có "Chủng Tử Chấp Ngã" rất mãnh liệt nhưng hơi khác nhau như:

Thức số 6 (Ý Thức) tự động được dùng khi: tính toán, học hỏi, mưu mô để bảo vệ, tư lợi cho bản ngã.

Thức số 7 (Mạt Na Thức) tự động được dùng khi: bất thần bị cái gì bay vào mắt, bất thần bị lửa chạm vào thân, bất thần bị ai đánh… thì 'Mạt Na Thức' tự tránh né để bảo vệ cho Bản Ngã một cách thật nhanh nhẹn và sắc bén! Trong khi đó thì Ý Thức chưa đủ nhanh để can thiệp.

D./ Thức Ấm *(Thức số 8 đi vào vi tế):*

Thức
- Thế Giới, Chúng Sinh, Luân Hồi, Sinh Tử đều do "Vọng Tâm, Ý, Ý Thức" tạo dựng, nên "Thân/ Tâm" con người chúng ta bao gồm có **8 (tám)** Thức là:

  Tiền Ngũ Thức: là Nhãn Thức, Nhĩ Thức, Tỷ Thức, Thiệt Thức và Thân Thức *(thuộc về **Thân**).*

  Thức số 6 (sáu): là "Ý Thức" tức "Thức Nhị Biên" luôn luôn phân biệt "Trần Cảnh" *(thuộc về **Tâm**).*

  Thức số 7 (bảy): là Mạt Na Thức, chính là Bản Ngã *(Ego, tiềm ẩn bên trong).*

  Thức số 8 (tám) Đi vào chi tiết và vi tế hơn: Được gọi nhiều tên tùy theo sự huân tập thiện hay ác, tốt hay xấu mà đổi tên, thường ra khi chưa hiểu gì thì ai cũng gọi nó là "Thần Thức", là "Thức Tái Sinh", tức:"Luồng Nghiệp Lực Bất Biến" mà diễn biến không ngừng từng Sát Na. Nó chính là Luồng Nghiệp Lực cuối cùng, khi chúng ta chết và cũng là Luồng Nghiệp Lực đầu tiên, khi đi chúng ta đi nhập thai. Thức này tiềm ẩn rất sâu, sâu hơn Mạt Na Thức rất nhiều, và được ví như một cái Kho, rộng mênh mông, sâu thăm thẳm.

Thức: Nó ghi nhận và chứa mọi hạt giống thiện ác của Thân, Khẩu, Ý để tạo thành một dòng Nghiệp Lực bất biến, dài vô cùng tận, nó liên tục từng Sát Na với các Nghiệp đã tạo, đang tạo, sẽ tạo để định đoạt, và an bài cho chúng ta đi vào Lục Đạo.

Thức số tám có nhiều tên gọi là do sự huân tập:

Thức: Lúc ban đầu, nó có tên là "A Đà Na Thức", bản tính của nó là "Vô Ký", không phải Thiện, cũng không phải Ác, tùy theo sự huân tập mà có Thiện, có Ác, có Mê, có Ngộ.

Chúng ta vì một" Niệm Bất Giác" (*Nhất Niệm Vô Minh*) chấp có thật Ngã nên vô tình đã huân tập "A Đà Na Thức"có những Chủng Tử (*Tập Khí Chấp Ngã*)! Do đó A Đà Na Thức được đổi tên là"A Lại Gia Thức".

Khi đi vào Đạo Pháp, chúng ta nhận ra phiền não vô thường và biết sợ hãi cho cuộc đời dâu bể, sinh diệt nên mới đi sâu hơn, là tìm cho mình một con đường giải thoát, tức là đã biết tu hành và tu cho đến khi diệt trừ được ngã chấp, có nghĩa

Thức

là tu tới giai đoạn "chủng tử Vô Ngã Trí" có đầy đủ sức mạnh để ngăn cản không cho "chủng tử Chấp Ngã" phát hiện ra nữa! Thì lúc đó "A Đa Na Thức" đổi tên là "Dị Thục Thức" (*Dị: là khác nhau, Thục: là thuần thục*).

Dị Thục Thức gồm có ba nghĩa: Khác thời gian mà thuần thục, khác loài mà thuần thục, và biến ra mà thuần thục.

1./ Khác Thời Gian mà Thuần Thục:

Thí dụ: mỗi ngày học một ít chữ, lâu ngày sẽ đọc và viết được.

2./ Khác Loài mà Thuần Thục:

Thí dụ: khi chúng ta học Toán, lúc học ở trong sách thì khác, nhưng đến khi ứng dụng, thì lại giải được những bài toán không có ở trong sách.

3./ Biến ra mà Thuần Thục:

Thí dụ: các Khoa Học Gia nghiên cứu lâu ngày thì sự hiểu rộng, biết nhiều được chất chứa trong Tạng Thức, nên sẽ có lúc độc xuất phát minh ra những điều không có trong sách đã từng học.

Thức

Cứ như thế, Dị Thục Thức tùy theo những cái "Nhân" của sự huân tập mà hiện ra cái "Quả", do lẽ đó "Dị Thục Thức" thường thay đổi cho đến khi tu hành tiến triển tới giai đoạn diệt được mọi "Pháp Chấp", có nghĩa là những chủng tử Pháp Chấp bị "Chân Như Trí" quá siêu việt ngăn đè, không cho hiện hành, thì "Đệ Bát Thức" biến thành "Toàn Thiện"! Không còn là Vô Ký nữa, nên nó không còn chịu cho các "Chủng Tử Vô Minh, Bất Thiện" huân tập nó nữa.

Tới giai đoạn này Dị Thục Thức đổi tên là "Bạch Tịnh Thức" (*tức A Ma La Thức*), kết hợp với "Đại Viên Cảnh Trí" tức "năm Thức đầu" đã hoàn toàn thanh tịnh nên mới gọi là "Đại Viên" (*viên mãn*), và Hành Giả đã vào được "Kim Cương Địa".

Với Giáo Môn thì việc tu hành coi như đã xong, nhưng với Thiền Tông thì khi tới được Bạch Tịnh Thức vẫn còn chưa xong! Vì còn phải tiến thêm một bước nữa, là ra ngoài tất cả Thiện lẫn Ác.

E./ Lục Nhập:
Là sáu cách thu nạp các cảm thọ (*cảm giác*) của sáu Căn:

Nhãn Căn: tiếp xúc với "Sắc Trần" khiến chúng ta "Thấy" rất giới hạn

Nhĩ Căn: Tiếp xúc với "Thanh Trần" khiến chúng ta "Nghe" rất giới hạn.

Ý Căn tiếp xúc với "Pháp Trần" khiến chúng ta "Hiểu Biết" rất giới hạn.

Và tất cả các căn kia: **Tỉ Căn, Thiệt Căn, Thân Căn**, cũng đồng một ý nghĩa như thế.

Trong Sáu cách nhập của sáu Căn, thì "năm Căn đầu" còn gọi là "Ngũ Giác Quan", tương đối giản dị, dễ hiểu. Riêng Ý Căn là Căn số 7(bảy) thì hơi phức tạp và cũng hơi khó hiểu, Chúng ta có thể tạm hiểu như sau:

➤ **Ý Nhập :**
Là sự thu nạp của Ý Căn.

➤ **Ý Căn:**
Là cái Ý Niệm tiềm tàng, nó thu nạp các danh ngôn, hình tướng của mọi sự vật bằng cách nương theo các cảm giác đặc biệt, hoặc do những việc đã học tập, ghi nhớ từ trước, thường là qua Ý Thức.

Cũng xin nhắc lại những đặc điểm và nhiệm vụ của "Ý Căn" một lần nữa: Chúng ta khó thấy và khó rõ về Ý Căn như thế nào, vì khi thức thì Ý Thức hoạt động mãnh liệt quá, chỉ khi ngủ thật say không mộng mơ, khi té bất tỉnh, khi bị chụp thuốc mê, chỉ lúc ấy Ý Thức mới tạm ngưng, không phát khởi, thì chúng ta mới có dịp thấy được Ý Căn ra sao! Nhưng thật ra thì khi ngủ, không phải là hoàn toàn không biết là có mình. **Cái biết ngấm ngầm trong lúc ngủ chính là "Ý Căn".**

Ý Căn không duyên với ngoại cảnh mà chỉ duyên với những cảnh danh ngôn, danh tướng đã xảy ra trong quá khứ, đã học tập từ trước, hoặc không có trước mắt.

Trong lúc "Ý Căn" duyên với các "Pháp Trần" như thế, thì cái Thấy, cái Nghe hình như rời bỏ ngoại cảnh mà xoay vào bên trong để suy nghĩ, thu nạp, ôn lại những điều đã ghi nhớ. Nhưng sự thật thì cái Thấy, cái Nghe đó cũng chỉ đi đến được "Pháp Trần", mà không vào thẳng được "Tiềm Thức"! Có nghĩa là Ý Căn không thể tự duyên thẳng với các điều đã học tập, mà hoàn toàn trông cậy vào "Tiềm Thức" đưa ra được điều gì, thì gọi là Nhớ, và khi Tiềm Thức không đưa ra được, thì gọi là Quên. Do những Nhớ/Quên, Thức/Ngủ, đối đãi như vậy mà thành có Ý Căn, ngoài những việc ấy ra, Ý Căn không có tự thể.

F./ **Thập Nhị Xứ:**
Là mười hai chỗ sinh ra sự hay biết giới hạn làm ngăn che "Tự Tính"

Nhãn Căn duyên với **Sắc Trần** để có **Nhãn Thức** là cái "Thấy" giới hạn.

Nhĩ Căn duyên với **Thanh Trần** để có **Nhĩ Thức** là cái "Nghe" giới hạn.

Ý Căn duyên với **Pháp Trần** để có cái "Hay Biết" giới hạn.

Và những Căn Kia là **Tỉ Căn, Thiệt Căn, Thân Căn** cũng đồng một ý nghĩa như vậy.

G./ **Thập Bát Giới:**
Là mười tám cái riêng biệt, cách bức nhau nên sự Thấy, Nghe, Hay Biết bị giới hạn:

Sáu Căn: Nhãn, Nhĩ, Tỷ, Thiệt, Thân, Ý

Sáu Trần: Sắc, Thanh, Hương, Vị, Xúc, Pháp

Sáu Thức: Nhãn Thức, Nhĩ Thức, Tỷ Thức, Thiệt Thức, Thân Thức, Ý Thức
  (18 Giới này làm ngăn che " Tự Tính")

Thất Đại: Đất, Nước, Gió, Lửa, Không, Kiến, Thức

"Phần Thất Đại" đã được giải thích rất kỹ càng trong (sách Như Lai Tạng đã xuất bản).

Trong Ngũ Trược : **Sắc, Thọ, Tưởng, Hành, Thức** như Hình Đồ dưới đây, thì có **"Thọ"** là **"Kiến Trược!"** tức **"Thọ"** là cái **"Tà Thấy Biết"** không chân chính! nó chính là **"Cái Bất Giác"** đã làm điên đảo Thân/Tâm của chúng ta, và rồi liên hệ đến tất cả toàn thể vũ trụ vạn vật…

Ngũ Trược:

Sắc	Thọ	Tưởng	Hành	Thức

↓
Tà Kiến

Để tham khảo đến tận cùng sự vi tế nhất của **"Tà Kiến là Thọ"** Trong **"Ngũ Uẩn"** Nó ẩn mật, âm thầm diễn tiến một cách không thể nghĩ bàn! khiến chúng ta có một cái Thân/Tâm hoàn toàn vô minh, và kiên cố, vững chắc như sắt, như thép, như đồng, như đá, không gì có thể phá nổi! để muôn thuở đưa chúng ta đi vào vòng Luân Hồi, Sinh Tử liên miên, bất tận…mà không một ai có thể cưỡng lại được! Trừ duy nhất là **"Chân Lý của Đức Phật"**, đã chỉ dẫn tường tận để cứu vớt chúng ta trở về Nguyên Thủy là **"Thân/Tâm Bát Nhã"** sẵn có của chính mình! để Giòng Sinh Tử Luân Hồi sẽ được hoàn toàn chấm dứt.

Lý thuyết Trực Chỉ hữu hiệu nhất của Đức Phật chính là:

    1. Bát Nhã Tâm Kinh
    2. Lăng Nghiêm Kinh

Như chúng tôi đã giới thiệu ở ngay đầu của quyển sách.

Và sau đây là những trang nói về **"Tà Kiến là Thọ"** xin mời tất cả những ai muốn tham khảo sự diễn tiến tận cùng, vi tế nhất, hãi hùng nhất của "**Tà Kiến là Thọ**"! chính là cái đã làm cho chúng ta bao đời, bao kiếp luẩn quẩn, loanh quanh với phiền não, Sinh/Tử!

Từ Thời Vô Thủy, tức là thời xa xưa, tự nhiên không có một nguyên do gì cả, mà chúng ta lại nổi lên một cái Vọng Tưởng, tự lật ngược "**Tính Giác Nguyên-Thủy**" (Phật Tính) thành ra "Cái Bất Giác", tức là "Cái Giác bị màn Vô Minh che kín"! Cái "Vọng Bất Giác" này âm thầm, bí ẩn tạo dựng nên "một màn Kịch" kiên cố chằng chịt và dài bất tận …Trong Kinh Lăng Nghiêm có một danh từ rất đẹp gọi nó là Tứ Khoa (Ngũ Uẩn, Lục Nhập, Thập Nhị Xứ, Thập Bát Giới) và Thất Đại.

Trong Tứ Khoa Vô Minh này của con người thì phần "**Ngũ Uẩn**" (Sắc, Thọ, Tưởng, Hành, Thức) rất là phức tạp! Nó bị cái "**Vọng Tưởng Vô Minh**" tức là "**Cái Bất Giác**" ấy âm thầm tự động, tuần tự huấn luyện để chuyển hóa "Ngũ Uẩn" này từ lúc còn "thơ ngây vô minh" cho đến khi nó hoàn toàn "trưởng thành vô minh" để chúng ta vĩnh viễn quay cuồng trong Lục Đạo (Trời, Người, A Tu La, Ngã Quỉ, Súc Sinh, Địa Ngục).

Muốn ra khỏi "**Lục Đạo**", muốn không còn "**Thân Trung Ấm**" mãi mãi, thì chúng ta phải hiểu nguyên-nhân tại sao Thân/Tâm mình bị Vô Minh, để rồi cứ lòng vòng mãi trong Sáu Nẻo! thì: Không gì Trực-Chỉ hơn là chúng ta phải ôn lại thật kỹ lưỡng, thật chi tiết về Thân/Tâm mình qua:

"Như Lai Tạng" trong **Kinh Lăng Nghiêm**! Chỉ vì khi Vô Minh thì có "Thân Trung Ấm"! vẫn là do chính Thân/Tâm mình! Và lại cũng vẫn chính Thân/Tâm mình được giải thoát khỏi "Thân Trung-Ấm" vĩnh viễn… là khi chúng ta Tu Học rốt ráo, thấu hiểu rốt ráo qua "Lăng Nghiêm Kinh", là những Kinh "Trực Chỉ" dậy về Thân/Tâm chúng ta… từ khi mê cũng như khi Ngộ! Từ khi Vô Minh cũng như khi Giác Ngộ giải thoát Sinh Tử…

Khi còn Vô Minh, thì vai trò "**Ngũ Ấm**" trong chúng ta diễn tiến vô cùng phức tạp và khó hiểu. Nhất là về chi tiết của "**Tiền Ngũ Thức**" lại càng khó hiểu hơn!
Do vậy, chúng tôi cố gắng Lý Giải diễn tiến… Vô Minh của toàn thể "Ngũ Ấm", và nhất là diễn tiến chi tiết của "**Tiền Ngũ Thức**".

Và những trang sau, là những phần diễn tiến từ từ … của cái "**Tà Kiến Thọ**" qua những "**Hình Đồ**"… khiến chúng ta dễ hiểu hơn, về những phần tối quan trọng liên quan đến cái **Tà Kiến** là **Thọ** trong **Ngũ Uẩn**, là một phần trong "Như Lai Tạng" của "Kinh Lăng Nghiêm".

Tham Khảo
Ngũ Uẩn Diễn Tiến Vô Minh

Ngũ Uẩn ⋯▶ Ngũ Trược ⋯▶ Ngũ Vọng ⋯▶ Ngũ Thức

↓

Và trong 4 phần diễn tiến Vô Minh
của Ngũ Uẩn ở trên đều chứa:

Sắc	Thọ	Tưởng	Hành	Thức

↓

Giai đoạn đầu của **Ngũ Uẩn** còn ít Vô Minh, vì giai đoạn này thì "**sự Vô Minh của Ngũ Uẩn**" còn rất thơ ngây!

Sau đó sự Vô Minh của **Ngũ Uẩn** diễn tiến tiếp theo là **3 phần** :

Ngũ Trược, Ngũ Vọng và **Ngũ Thức**

Ba phần này, thì Vô Minh diễn tiến càng ngày càng nặng nề hơn… để trở nên "**hoàn toàn Vô Minh**"! Cái "hoàn toàn Vô Minh" đó, chúng ta tạm gọi là sự "**Vô Minh Trưởng Thành**"! Nó chính là "**Thân/Tâm Vô Minh Sinh Tử**" hiện hữu của chúng ta.

Chú Ý:

(Xin xem "Hình Đồ I" liên hệ của bài này ở ngay trang kế tiếp)

Hình Đồ I

Hình Đồ của Ngũ Ấm
(diễn tiến từ khi còn **thơ ngây Vô Minh** cho đến **trưởng thành Vô Minh**)

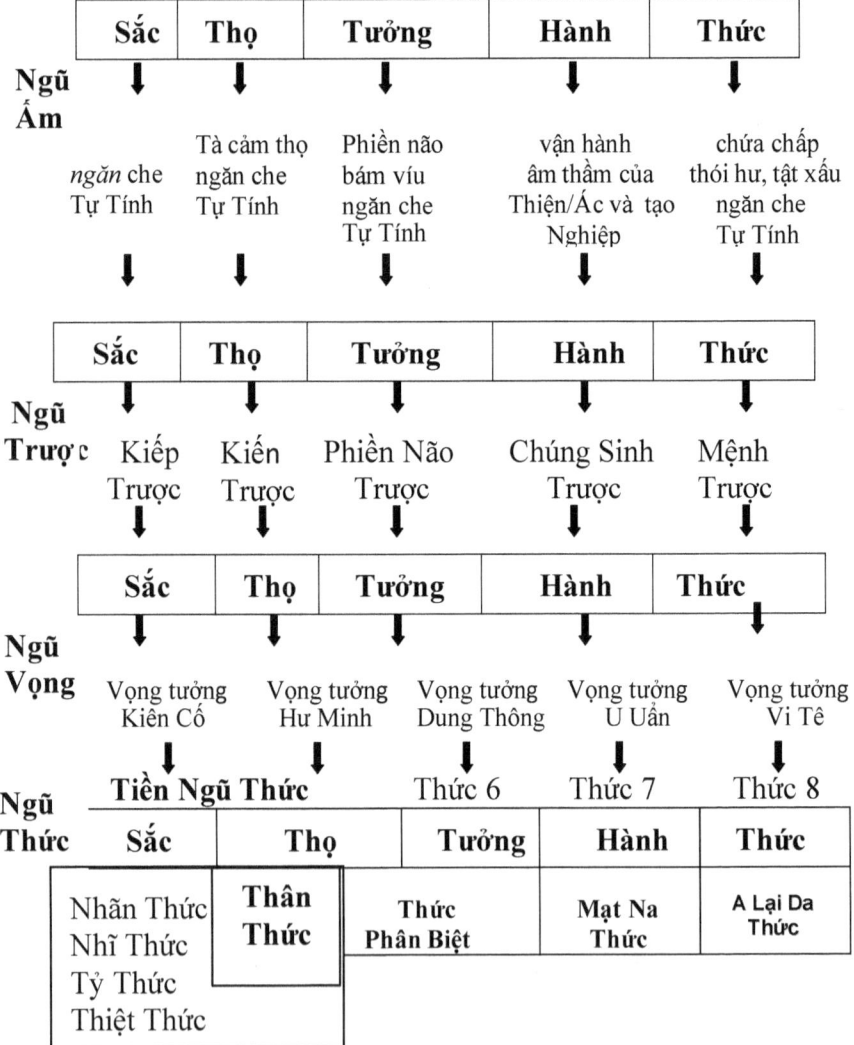

Tham Khảo
Sự diễn tiến Vô Minh của "Ngũ Trược"

(**Ngũ Trược** ẩn mật, âm thầm, vận hành Vô Minh)

Ngũ Trược

| Sắc | Thọ | Tưởng | Hành | Thức |

Ngũ Trược: Sắc, Thọ, Tưởng, Hành, Thức

Vì trong "**Ngũ Uẩn**" có "**Trược**" tức là bị bợn (dơ bẩn), bởi cái "**Thọ Tà Kiến**", chính là cái "Vô Minh **Bất Giác**"!
Nó ngược ngạo đã biến "**Tính Giác**" của chúng ta, thành cái "**Bất Giác**"! Tức là biến "Tâm Phật" thành "Tâm chúng sinh"!

Sắc { Do Vọng Tưởng Vô Minh điên đảo tạo dựng "**Sắc Thân**" của chúng ta, khi thì thành kiếp người, khi thì thành kiếp súc sinh và v.v…

Thọ { "**Thọ**" ở giai đoạn này, thì tự động là "**Tâm**" có "Vọng phân biệt nhị biên", với nhiều tên như: cái "Vọng Tà Thấy/ Biết", cái "Vọng Kiến"… và nó chính là cái "**Tà Kiến Bất Giác**"! Luôn luôn phân biệt muôn điều … muôn sự … tại Thế Gian để mà dính mắc.

Chú ý: (Xin xem "Hình Đồ số II"liên hệ của bài này ở ngay hai trang kế tiếp).

Hình Đồ II

Diễn tiến vô minh của Tà Ngũ Ấm trong từng cá nhân chúng sinh

Khi Ngũ Ấm còn rất thơ ngây trong Vô Minh:

Sắc	Thọ	Tưởng	Hành	Thức

Và Ngũ Ấm, âm thầm diễn tiến Vô Minh dính mắc sâu dầy hơn để trở thành **Ngũ Trược**.

Sắc	Thọ	Tưởng	Hành	Thức
Kiếp Trược	Kiến Trược	Phiền Não Trược	Chúng sinh Trược	Mệnh Trược

Trong vai trò "Ngũ Trược" thì "**Thọ**" là **Kiến Trược**, tức "**Thọ**" là cái "**Tâm Vô Minh**"! Nhưng rồi từ từ chính nó lại biến hóa nó thành cái "**Thân Thọ**" vô minh...để tiến tới "**Thân Thức**" vô minh (tức là Thức số 5), đồng thời nó là một trong **5 Thức đầu**, được gọi là "**Tiền Ngũ thức**". Thế rồi, cái "**Tà Kiến**" là "**Thọ**" này, vẫn cứ âm thầm mà vận hành mãi... đã làm ảnh hưởng vô minh, tức là làm ô nhiễm rất nặng cho cả "bốn Thức" kia, là 4 trong năm (5 Thức đầu). **4 Thức** ấy là:

"**Nhãn Thức, Nhĩ Thức, Tỷ Thức, Thiệt Thức**"

Ngoài ra, cái "**Tà Kiến**" là "**Thọ**" này còn tự động liên hệ Vô Minh đến những: **Thức 6, Thức 7** và **Thức 8.**

Cũng y như thế, cái "**Tà Kiến**" là "**Thọ**" cứ âm thầm diễn tiến mãi … để rồi liên hệ Vô Minh của nó đến tất cả các "**Căn Thân**", các " **Trần Cảnh**" và "**Thất Đại**"(Đất, Nước, Gió, lửa…) :

"**Căn Thân**" là: Mắt, Tai, Mũi, Lưỡi, Thân, Ý

"**Trần Cảnh**" là: Sắc, Thanh, Hương, Vị, Xúc, Pháp và Vạn vạn các **SắcTưởng** hiện hữu của vũ trụ vạn vật…

Xin nhắc lại, cái "**Tà Kiến**" là "**Thọ**", chính nó tạo dựng nên "**Tiền Ngũ Thức**"! Mà chính nó, đứng ở vai trò của "Thức Số 5", tức là cái "**Thân Thức**" cũng lại là cái "**Thân Thọ**"! Và khi **Thọ** đã là "**Tà Kiến**", thì cái **Thân Thức** cũng là Cái "**Tà Kiến Thấy/ Biết**" Vô Minh! Để có:

Thân vô minh chính là **Tâm vô minh**
Tâm vô minh chính là **Thân vô minh**

Sự việc này đã chứng minh được tại sao chính cái " **Thân Thức**" tức là cái "**Tà Thấy/Biết**" vô minh, nó chính là "**TÂM**" của chúng ta.

Và rồi vì sự ngạo ngược của cái "**Tà Kiến là Thọ**" đã tự nó, tạo dựng cho chính nó trở thành cái "**Thân Thọ**", đó chính là "**THÂN**" của chúng ta! Có nghĩa là, vẫn một cái "**Tà Kiến là Thọ**" mà nó biến hóa vừa là **TÂM** lại cũng vừa là **THÂN** !

Để rồi, cái "**Tà Thân Thọ**" này, ôm trọn cái "**Tà Kiến Thấy/ Biết**" vô minh từ đầu đến chân ... với tất cả **4 cái Thức vô minh** là: Nhãn Thức, Nhĩ Thức, Tỷ Thức, Thiệt Thức, **cộng với cái "Thân Thức số 5"** để tạo thành "**Tiền Ngũ Thức**"; thêm **Thức 6, Thức 7, Thức 8**, cùng chung với "**Thất Đại**".

Toàn thể những thứ vừa kể, đều cùng tuyệt đối "liên hệ vô minh" bởi cái "**Tà Kiến là Thọ**", đã tạo nên "**Thân Tâm Vô Minh**" hiện hữu của chúng ta! Mà mọi tội lỗi đều do chính cái "**Tà Kiến**" là "**Thọ**".

Tham Khảo

Trong **Tiền Ngũ Thức** thiếu mất "**Thân Thức**", cho nên cái "**Tà Kiến** là **Thọ**" đã tự động chuyển hóa chính nó thành cái **Thân Thọ**" để phối hợp với "Trần" là **Xúc** mà có được cái "**Thân Thức**" …

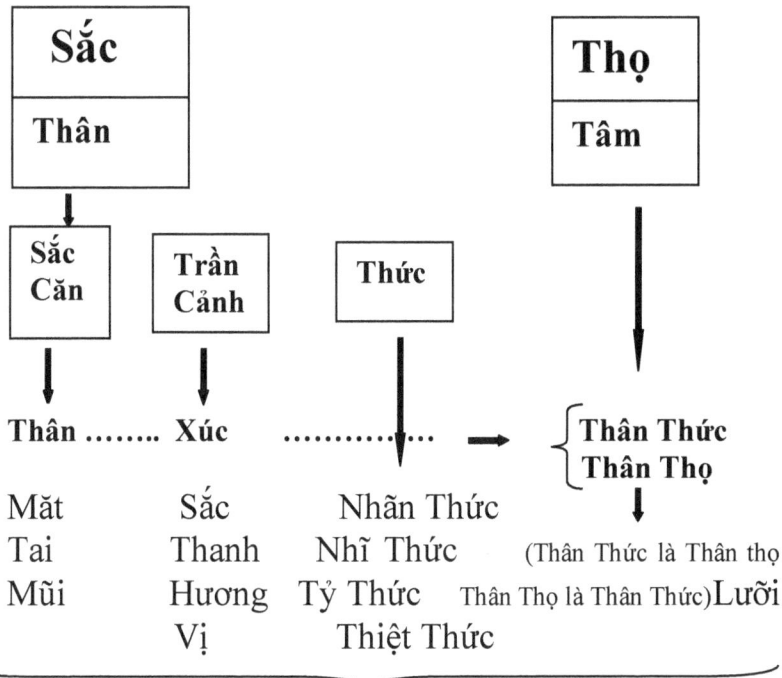

Chú Ý:
*Vì chúng ta phải đi từ từ … cho nên sự diễn giải tại đây vẫn còn sơ lược, xin quí vị Xem tiếp theo **Bài Ngũ Thức** từ trang trang (183-190) được diễn giải sâu và chi tiết hơn.*

Hình Đồ III

Diễn tiến
Của "Tà Tiền Ngũ Thức"

Thân chúng ta bao gồm:

Ngũ Căn

Ngũ Nhập

Mắt	Tai	Mũi	Lưỡi	Thân
↓	↓	↓	↓	↓
Sắc	Thanh	Hương	Vị	Xúc

Ngũ Thức

↓	↓	↓	↓	↓
Nhãn Thức	Nhĩ Thức	Tỷ Thức	Thiệt Thức	Thân Thức

Tiền Ngũ Thức Thức 6 Thức 7 Thức 8

Ngũ Thức

Sắc	Thọ	Tưởng	Hành	Thức
Nhãn Thức Nhĩ Thức Tỷ Thức Thiệt Thức	Thân Thức	Thức Phân Biệt	Mạt Na Thức	A Lại Da Thức

Sự diễn tiến Vô Minh của "Ngũ Vọng"

| Sắc | Thọ | Tưởng | Hành | Thức |

Tất cả Ngũ Uẩn đều bị cái "**Tà Kiến**" là "**Thọ**" điều động! Nhưng ở đây, "**Thọ**" diễn tiến thành "cái **Vọng Kiến**"; Tuy vẫn là cái "**Vọng Bất Giác**" nhưng lại biến hóa thêm thành "Vọng Kiến" để rồi "**Thọ**" trở nên cái:

"**Vọng Tâm Hư Minh**"

chính là:

CÁI "TÂM VỌNG KIẾN" CỦA CHÚNG TA!

Tâm Vọng Tưởng, **Vọng Kiến** này, đã âm thầm điều khiển toàn thể "**Ngũ Uẩn**" đều phải chấp nhận "cái Hư Vọng", để trở thành toàn là "Vọng Kiến Bất Giác"! Và rồi "Ngũ Uẩn" cũng phải chấp nhận cái "Vọng Tưởng Hư Minh" làm cội gốc của chính mình!

Giai đoạn này thì cái:

"SẮC/THỌ" trong **Ngũ Vọng** trở thành: ⎫ Đó là
THÂN TÂM VỌNG KIẾN, còn gọi là ⎬ Thân/Tâm
"THÂN/TÂM VỌNG TƯỞNG HƯ MINH" ⎪ Vọng ưởng
(từ đầu đến chân, từ ngoài vào trong, ⎭ của chúng ta

Sắc {

Riêng nói về cái "**Vọng Kiến**" là "**Thọ**", nó liên hệ đến các **Sắc Tướng**, là khi nó đã trở thành cái "**Vọng Kiến Bất Giác**", cũng lại là cái "**Vọng Tưởng Hư Minh**"! Thì cái "**Thọ**", tức cái : **Tâm Vọng Kiến Hư Minh** này, không những nó đã tự chuyển hóa cái **Sắc/Thọ** trở thành "**Thân/Tâm Vọng Kiến**" như đã nói ở trên, mà Nó còn thêm một vai trò tối quan trọng nữa, là Nó đã điều động tất cả các **Sắc Tướng** sau đây đều bị trở thành: toàn là "**Vọng Tưởng Hư Minh**" như:

"**Sắc/Thân** là **Vọng tưởng Hư Minh**"
　　　　　　của chính chúng ta
Sắc của các Căn: Mắt, Tai, Mũi, Lưỡi
Sắc của Trần Cảnh cũng như:
Sắc của Vũ Trụ Vạn Vật…
và đương nhiên là của cả "Thất Đại" nữa.

Tất cả những gì vừa mới kể đó, đồng đều trở thành "**Vọng Tưởng Hư Minh**"!

Toàn Thể Thân/Tâm Đều là Vọng Tưởng

Cố	Thọ Vọng Tưởng Hư Minh Ý CĂN	Tưởng Vọng ưởng DUNG THÔNG	Hành Vọng Tưởng U UẨN	Thức Vọng Tưởng VI TẾ
	Tâm Vọng Kiến	Tâm Vọng Tưởng	Thân/Tâm Vọng Tưởng	Đệ Bát Thức Tâm Vọng Vi
o ân ác…	Là Vọng Tâm "Thấy Biết", lệch lạc, không chân chính! Cũng là "Tâm Loạn Tưởng" ngoan cố và dính mắc lung tung…	Thân này luôn luôn tơ tưởng, không ngừng Nhớ người, nhớ vật, nhớ cảnh …lúc Tưởng nhớ Việt Nam,! Lúc lại quay về Mỹ… Nhớ Quá Khứ, Hiện Tại, Vị Lai.	"Thân/Tâm Vọng Tưởng ẩn mật", âm thầm vận hành, chuyển hóa (Lục-Phủ, Ngũ,-Tạng)… với từng tế bào trong từng Sát Na! Đông thời chuyển hóa toàn thể các Nghiệp Thiện/Ác để sửa soạn vào Lục Đạo	Dung chứa toàn bộ các Thiên/Ác trong quá khứ và tương lai của chúng định đoạt rất công bằng chúng ta vào Lục Đạo! Tâm này còn là luồng bất biến, rất vi tế, rất n ..nhanh hơn điện chớp sâu thăm thẳm trong F Thức, nhưng lại hoạt đ miên không bao giờ ng dù chỉ một Sát Na!

Ngũ Thức
Sắc Thọ Tưởng Hành Thức
(Và sự cấu tạo của "Tiền Ngũ Thức")

Tới đây, xin nhắc lại bao quát một lần nữa, những diễn tiến cuả " **Tà Kiến** là **Thọ**" để rồi sẽ đi vào chi tiết hơn… Trong:
Ngũ Uẩn của chúng ta có tổng cộng là **8 Thức**:

Thì Thức 6, Thức 7 và Thức 8 đã cố định:

Ngũ Uẩn

Sắc	Thọ	Tưởng	Hành	Thức
		Thức 6	Thức 7	Thức 8

Vì vậy, dĩ nhiên còn phần **Sắc/Thọ** "trống rỗng" ở trên, phải là "**Tiền Ngũ Thức**" để có trọn vẹn (**8 Thức**) đầy đủ trong **Ngũ Uẩn** thì:

Thì **Sắc** ở đây là "**Thân**"
Và **Thọ** ở đây là "**Tâm**"

Để tạo dựng được "**Tiền Ngũ Thức**" là do: cái **Sắc/Thọ**
Mà cái "**Thọ**" ở đây là "**Tà Kiến**", tức là "cái **Bất-Giác**", cũng là cái **Tâm Thấy/Biết Vô Minh**! Và nó cũng là cái **TâmThức Nhị Biên Phân Biệt**.

"**Tâm Tà Kiến** là **Thọ**" này nó chính là thủ phạm: đã phối hợp với cái "**Sắc**", rồi âm thầm vận hành ngạo ngược, rất điên đảo để làm sao cho chính nó, trở thành cái **Thân Thọ** để có "cái Căn Thân" mà hội nhập với "Trần Cảnh" là: "Xúc Trần"…
Thì mới tạo dựng được cái **THÂN THỨC** chính là **Thức số 5** cũng là Một trong (**5 Thức**) đầu của "**Tiền Ngũ Thức**"

Sự cấu tạo của **Thức số 5** phức tạp là như thế! Tất cả đều là do cái "**Tà Kiến** là **Thọ**" điều động …

Tại đây, xin được mô tả chi tiết về nó, để dễ hiểu hơn như sau:

Vì cái "**Sắc**" trong "**Tiền Ngũ Thức**" đã ở vai trò là "**Căn Thân**"
Và cái "**Căn Thân**" này, đã tạo dựng được cái "**Thân Thức**" như mới trình bầy ở trên: Nó là **Thức số 5**, cũng chính là "**Thân Thức**" trong "**Tiền Ngũ Thức**", và nó đã sẵn sàng để phối hợp với **4 Thức** kia: Nhãn Thức, Nhĩ Thức, Tỷ Thức, Thiệt Thức.

Sau đây, là phần cấu tạo của **4 Thức** kia:

Thì, cũng vẫn do một "cái **Sắc**" ấy, của "**Ngũ Uẩn**" là chung cho tất cả các "**Sắc Tướng**"… mà thủ phạm vẫn là cái "**Tà Kiến** là **Thọ**" điên đảo điều động thiên biến, vạn hóa…để:

4 Căn: Mắt, Tai, Mũi, Lưỡi…

Đối Tượng: *4 Trần*: Sắc, Thanh, Hương, Vị …

để có: *4 Thức*: Nhãn Thức, Nhĩ Thức, Tỷ Thức, Thiệt Thức

Như vậy là đã có **"Bốn Thức"** này, phối hợp với **"Thức số 5"**! Là cái Thức được cấu tạo một cách phức tạp, như đã nói ở trên …
    Đó chính là cái **"Thân Thức"**.
Để có được **" Tiền Ngũ Thức"** trọn vẹn.

Tại đây, xin được nhắc lại sự cấu tạo về **"Tiền Ngũ Thức"**, qua lời diễn giải một lần nữa… rồi qua Hình Đồ để rõ nghĩa hơn… và từ từ đi sâu vào chi tiết trọn vẹn trong nhiều Hình Đồ kế tiếp.

Chỉ vì **"Tiền Ngũ Thức"** thiếu mất **"Thân Thức"**, cho nên cái **"Tà Kiến** là **Thọ"** đã tự động chuyển hóa chính nó thành cái **"Thân Thọ"**, để phối hợp với "Trần Cảnh" là **"Xúc"** mà có được cái **"Thân Thức"** …

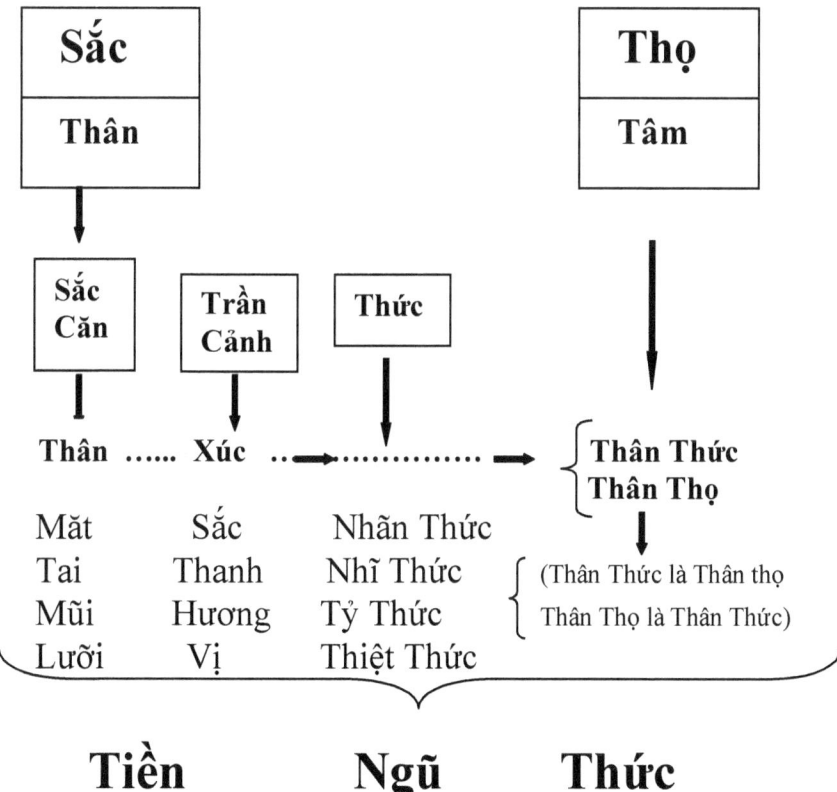

Và rồi "**Tiền Ngũ Thức**" đó, phối hợp với **3 Thức** cuối để có đầy đủ **8 Thức** trong **Ngũ Uẩn**:

	Tiền Ngũ Thức		Thức 6	Thức 7	Thức 8
Ngũ Uẩn	Sắc	Thọ	Tưởng	Hành	Thức
	Nhãn Thức Nhĩ Thức	Thân Tthức	Thức Phân Biệt	Mạt Na Thức	A Lại Da Thức
	Tỷ Thức Thiệt Thức				

Như vậy, là toàn thể Thân/Tâm **"Ngũ Uẩn"** của chúng ta, từ đầu đến chân, từ trong ra ngoài… đều là **"8 cái Thức tuyệt đối vô minh"** đó, mà nguyên nhân, tạo nên nông nỗi này! là cái **"Tà Kiến Thọ"**, tức là "cái **Bất Giác**"; còn gọi là **"Tâm Thức Nhị Biên"**; cái **"Tà Tâm Thức Thấy Biết"** đã lệch lạc, lại còn giới hạn! bởi vì chính nó làm cho các Căn bị ngăn cách riêng rẽ… cho nên "cái Thấy", "cái Biết", "cái Nghe", "cái Hiểu Biết" v.v… cũng chỉ giới hạn trong từng Căn là thế!

Sự việc này, đã đưa đến :
"cái Tâm Tà vô minh Phân Biệt" càng ngày càng nặng nề hơn… của từng Căn… để rồi dính mắc, và chấp thật về sự: thật/giả; đúng/sai; hay/ dở; đẹp/xấu; giầu/nghèo v.v… cũng vì vậy mới có sự an bài cố định của Định Mệnh, để đi vào Thế Giới Nhị Biên Sinh/Tử mãi mãi.

Vì "**Tiền Ngũ Thức**" quá phức tạp, và quá quan trọng cho sự việc "Chứng Ngộ"! Do đó, chúng ta cố gắng đi từ từ… và hiểu từ từ… cho nên: không thể tránh được sự nhắc đi… nhắc lại… nhưng mỗi lần nhắc lại như thế, lại có sự đi sâu hơn… để rồi… đi đến cái tận cùng về sự diễn tiến của nó.

Ngũ Thức

Ngũ Uẩn	Sắc	Thọ	Tưởng	Hành	Thức
			Thức 6	Thức 7	Thức 8

Trong "**Ngũ Uẩn**" Thân/Tâm chúng ta bao gồm **8 Thức** là:

Tiền Ngũ Thức
Thức Số 6
Thức Số 7
Thức Số 8

Thì : "**3 Thức cuối**" là Thức 6, Thức 7, Thức 8 đã được an bài và cố định ở trong Ngũ Uẩn:

Thức số 6 ở trong "**Tưởng**" là: Thức Phân Biệt
Thức số 7 ở trong "**Hành**" là: Mạt Na Thức
Thức số 8 ở trong "**Thức**" là: A Lại Da Thức

Còn "5 Thức đầu" cũng là "**Tiền Ngũ Thức**" thì rất là phức tạp! để mà tạo dựng nên nó! Nhìn Hình Đồ trên của **Ngũ Uẩn**… thì chúng ta thấy: chỗ trống là : **Sắc/Thọ**… cho nên đương nhiên **Sắc/Thọ** phải giữ vài trò của "**Tiền Ngũ Thức**" trong "**Ngũ Uẩn**"

Sắc/Thọ

Như chúng ta đã học rất nhiều về **Sắc/Thọ** trong "**Ngũ Uẩn**", ở những trang trên …thì: **Sắc** đã là "**Thân**"

Sắc

Nếu muốn tạo thành "**Tiền Ngũ Thức**" thì phải có đủ "5 Căn", mà **Sắc** trong **Ngũ Uẩn** đã ở vai trò là **Thân**, cho nên tại đây chỉ còn "4 Căn" là: Mắt, Tai, Mũi, Lưỡi! Thiếu mất **Căn Thân**! thì không trọn vẹn để tạo thành "**Tiền Ngũ Thức**".

Thọ

Bởi vậy cái "**Tà Kiến** là **Thọ**", tức cái **Bất Giác** mới điên đảo tự động âm thầm để tạo dựng chính mình là cái "**Thọ**" trở thành cái "**Thân Thọ**" cho có đủ "5 Căn"… mà hội nhập "5 Trần", để cái "**Thân Thọ**" trở thành "**Thân Thức**" thì mới có đủ tiêu chuẩn tạo dựng thành "**Tiền Ngũ Thức**".

Cái "**Thân Thọ**" trong giai đoạn này, đã được cái **Bất Giác** tự chính nó âm thầm huân tập, tức là chính nó âm thầm huấn luyện để biến hóa cái "**Thân Thọ**" thành cái "Thân tuyệt đối vô minh"! cũng chính là cái :"**Vọng Tâm Thức Thấy Biết**" vô minh. Do đó mà, toàn Thân/Tâm chúng ta đã biến thành cái "**Thân Thức vô minh**" từ đầu đến chân!
Cái "**Thân Thức vô minh**" này, rất vi tế trong tất cả mọi cảm giác như: Thấy Biết rất rõ trong phân biệt nóng/ lạnh, trơn/ nhám… sướng/ khổ v.v… và cứ như thế mà phân biệt hết mọi sự… mọi vật… của Vạn Pháp trong thế gian...

Do lẽ đó, mà cái "**Thọ**" còn được gọi là cái "**Vọng Tâm Thức Phân Biệt**":Thấy/Biết vô minh… của từng Căn riêng biệt, nên rất giới hạn! vì bị ngăn cách. Sự Thấy/ Biết đã lệch lạc… không chân chính; lại còn dính mắc … vì chấp tất cả mọi sự, mọi vật là có thật!

Và cũng bởi sự **Chấp Thật/Chấp Giả** như thế, đã khiến chúng ta trở nên ngoan cố! Vì vậy mới có sự an bài cố định của **Định Mệnh** trong
"Nhị Biên Tương Đối" là có Sinh, cóTử.

Sau đây:
Là bốn (4) Hình Đồ:
trọn vẹn về Sự diễn tiến …
để tạo dựng nên:

"**Tiền Ngũ Thức**"

I
Ngũ Thức

| Sắc | Thọ | Tưởng | Hành | Thức |

Sự Tạo Dựng của "Tiền Ngũ Thức"
(Để có đầy đủ "Tám Thức" trong Ngũ Uẩn)

Trong Ngũ Uẩn:

| Sắc | Thọ | Tưởng | Hành | Thức |

Thì Ba (3) Thức cuối:

Tưởng là Thức số 6
Hành Là Thức số 7 } đã an bài cố định
Thức là Thức số 8

Ngũ Uẩn

| Sắc | Thọ | Tưởng | Hành | Thức |

Thức 6   Thức 7 Thức 8

Như vậy là trong **Ngũ Uẩn** thiếu mất:
"**Tiền Ngũ Thức**" để có trọn vẹn "**Tám Thức**"

Do đó đương nhiên **Sắc/Thọ** phải đóng vai trò của
Tiền Ngũ Thức

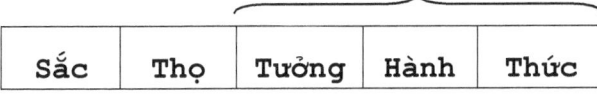

	Sắc	Thọ	Tưởng	Hành	Thức
Ngũ Uẩn			Thức Phân Biệt	Mạt Na Thức	A Lại Da Thức

Bởi vậy mà cái "**Tà Kiến**" là "**Thọ**" đã âm thầm điều động để tạo dựng nên "**Tiền Ngũ Thức**" bằng cách:

Cho "cái **Sắc**" trong **Ngũ Uẩn** tự động trở thành: "**Thân**",
 Cho cái **Thọ** trong **Ngũ Uẩn** tự động trở thành: "**Tâm**"

Sắc	Thọ
Thân	Tâm

Để mà có đầy đủ Năm Căn, Năm Trần, Năm Thức:

5 Căn	Mắt	Tai	Mũi	Lưỡi
5 Trần	Sắc	Thanh	Hương	Vị
5 Thức	Nhãn Thức	Nhĩ Thức	Tỷ Thức	Thiệt Thức

Tới giai đoạn này thì cái "**Tà Kiến là Thọ**" đã có đầy đủ nhân duyên là có **4 Thức**! (chỉ còn thiếu có **Thân Thức** là đầy đủ **Tiền Ngũ Thức**)

4 Thức
 { Nhãn Thức
  Nhĩ Thức
  Tỷ Thức
  Thiệt Thức

Trong **Tiền Ngũ Thức** thiếu mất "**Thân Thức**", cho nên cái "**Tà Kiến** là **Thọ**" đã tự động chuyển hóa chính nó thành cái "**Thân Thọ**" để phối hợp với "**Trần**" là **Xúc** mà có được cái "**Thân Thức**" …

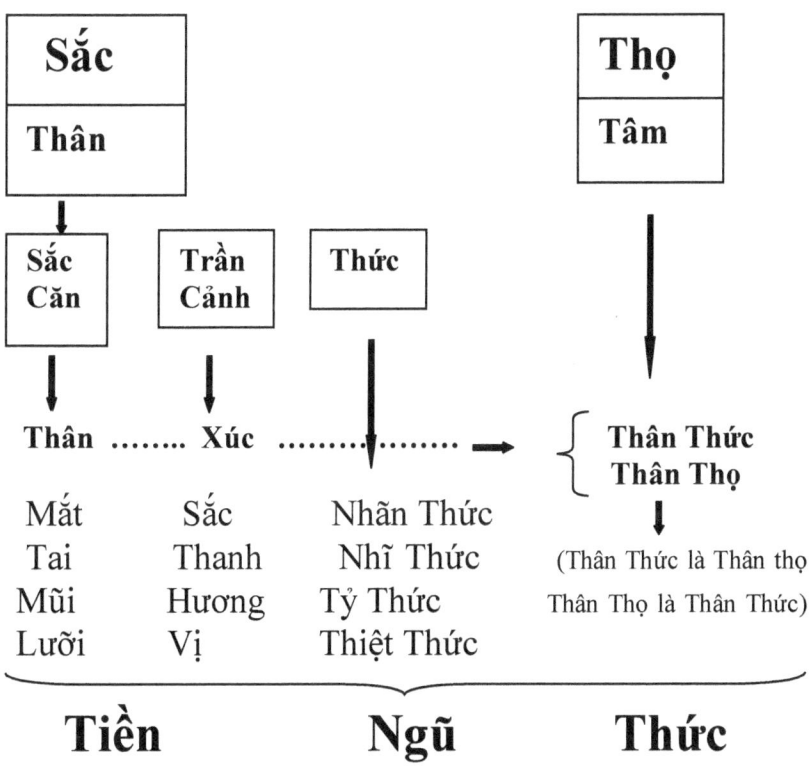

Tới đây thì cái "**Thân Thọ/Thức Thọ**" này đã ngang nhiên trở thành **Thức số 5**, là Một trong **5 Thức đầu** của "**Tiền Ngũ Thức**"

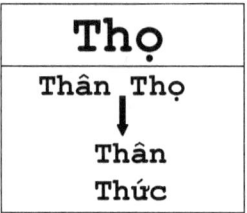

Cái **Sắc/Thọ** trong **Ngũ Uẩn**, nay trở thành "Tiền Ngũ Thức"

Sắc	Thọ
Nhãn Thức Nhĩ Thức Tỷ Thức Thiệt Thức	Thân Thức

Tiền Ngũ Thức

Và rồi **Tiền Ngũ Thức** đó, phối hợp với **3 Thức** cuối để có đầy đủ **8 Thức** trong **Ngũ Uẩn**:

	Tiền Ngũ Thức		Thức 6	Thức 7	Thức 8
	Sắc	Thọ	Tưởng	Hành	Thức
Ngũ Thức	Nhãn Thức Nhĩ Thức Tỷ Thức Thiệt Thức	Thân Thức	Thức Phân Biệt	Mạt Na Thức	A Lại Da Thức

Để tóm tắt về cái ẩn mật, âm thầm "vận hành sự vô minh" thật là sâu sắc, vi tế nhất của "**Ngũ Ấm**" với cái "**Bất Giác**", đã chuyển hóa toàn thể **Tứ Khoa Thất Đại** là: "Ngũ Ấm, Lục Nhập, Thập Nhị Xứ, Thập Bát Giới" và "**Thất Đại**" thành cái "Thân/Tâm vô minh sinh tử" hiện hữu của chúng ta! Và sự Vô Minh ấy, còn liên hệ đến tất cả Vũ Trụ Vạn Vật nữa.

Sự việc trọng đại "**Luân Hồi Sinh Tử**" này, đã khiến chúng ta phiền não, khổ đau triền miên. Do đó, tất cả mọi người đều muốn chấm dứt nó, vì vậy mà không khỏi băn khoăn, thắc mắc và trăn trở mãi…

Thì đây, là mọi gói ghém lại ở trong những trang dưới; Nhưng tất cả … đều đòi hỏi sự suy tư của chúng ta, là những ai còn vô minh! Và đang mò mẫm để làm sao vượt thoát khỏi cái quái ác của **Ngũ Uẩn**! Mà trong **Ngũ Uẩn** đó, lại còn có cái "**Thọ**" là cái "**Tà Kiến**",

nó điên đảo thật là khủng khiếp! Và nó lại chính là nguyên nhân của sự Vô Minh Sinh Tử! Và rồi lại cũng chính nó, là nguyên nhân cho sự Giác Ngộ, giải thoát Sinh Tử mãi mãi. Do lẽ đó, mà chúng ta cần
suy tư thật rốt ráo:

❖ Để vỡ lẽ, với những thứ lớp Vô Minh dầy đặc, tối hù của cái **"Bất Giác"** đã phủ lên toàn Thân/Tâm của chúng ta "Từ ngoài vào trong; Từ trong ra ngoài" để đi vào Sinh Tử Luân Hồi!

❖ Và cũng để vỡ lẽ, bởi những thứ lớp chói sáng của **"Tính Giác"** làm tiêu tan từ từ những màn Vô-Minh sâu dầy ấy! Đó là sự Giác Ngộ, giải thoát Luân Hồi Sinh Tử.

Khi vô minh
Bởi "Thọ Tà Kiến" tức cái Bất Giác

Trong **Ngũ Trược** :

| Sắc | Thọ | Tưởng | Hành | Thức |

Thì vai trò của "**Thọ**" là cái Tà Kiến, tức là cái Thấy Biết Vô Minh, nó chính là **cái Bất Giác**! Cái "**Thọ Tà Kiến**" đã làm ảnh hưởng về sự Vô Minh đến tột độ! đối với toàn thể Thân/Tâm của chúng ta.

Nhất là về **Tiền Ngũ Thức**, thì cái "**Thọ**" này cứ âm thầm, ẩn mật mà vận hành, để chuyển hóa chính nó thành cái **Thức Số 5**, tức là cái "**Thân Thức**", cũng lại là "cái **Thân Thọ**", nó chính là một trong "5 Thức đầu" của **Tiền Ngũ Thức**.

Cái "**Thọ Tà Kiến**" tức "cái Bất Giác" này vô tình đã tự biến hóa chính nó thành:

| Cái Sắc Thọ | Cái Thân Thọ | Cái Thức Thọ |

Mặc dầu vẫn chỉ là một cái "**Thọ Tà Kiến**" với ba tên tuy khác nhau, nhưng vẫn chỉ là "**Một**"! Và, về nhiệm vụ của nó thì đúng là 3 phận sự khác nhau! Để mà chuyển hóa "Toàn Thân/Tâm Trí Tuệ" của chúng ta thành "Toàn Thân/Tâm Vô Minh"! như đã giải thích ở trên.

Sau đây, xin được Lý Giải về 3 nhiệm vụ khác nhau của cái "**Thọ Tà Kiến**":

Cái **"Thọ Tà Kiến của Ngũ Trược"**
đã chuyển hóa Trí Tuệ thành Vô Minh

Nhiệm Vụ thứ Nhất
của **"Tà Thọ"** diễn tiến: ⟶ | **Sắc** | **Thọ** |

Trong **Ngũ Trược**:

Sắc	**Thọ**	**Tưởng**	**Hành**	**Thức**
Kiếp Trược	Kiến Trược	Phiền Não Trược	Chúng Sinh Trược	Mệnh Trược

Từ thời Vô Thủy, chúng ta chính là **Tính Giác** : Tính Thấy, Tính Nghe, Tính Hay Biết v.v... Thì tự nhiên bị cái **"Sắc/Thọ Tà Kiến"** trong **Ngũ Trược** đã chuyển hóa toàn **Tính Giác** đó, thành toàn cái **Bất Giác**:

| **Sắc** **Nhãn** **Nhĩ** **Tỷ...** | **Thọ** **Tà** **Kiến** | ⟶ | Tính Thấy ↓ Cái Thấy của phàm phu Là **Mắt** | Tính Nghe... ↓ Cái Nghe của phàm phu Là **Tai** | Tính Hay Biết Tính Giác ↓ Cái "Thấy Biết" Vô- Minh phàm phu là Cái Bất Giác |

Cái "**Sắc/Thọ**" liên hệ "**sự vô minh**" của nó đến toàn **Thân** đã đành là:

> **Sắc** của các Căn Thân:
> Là Mắt, Tai, Mũi, Lưỡi…

Ngoài ra **Sắc/Thọ** còn liên hệ sự vô minh của nó, đến cả các **Sắc** của Toàn thể Trần Cảnh là:

> Vũ Trụ Vạn Vật

Nhiệm Vụ thứ Hai của "**Thọ**" diễn tiến: → | Thân | Thọ |

Trong **Ngũ Trược**:

Sắc	Thọ	Tưởng	Hành	Thức
Kép Trược	Kiến Trược	Phiền não Trược	Chúng Sinh Trược	Mệnh Trược

Thì cái "**Thọ Tà Kiến**" của "**Ngũ Trược**" đã chuyển hóa:

Thân Phật thành Thân **Chúng Sinh**, tức là **Thân Bát Nhã** thành cái "**Tà Thân Thọ**"!

Cái **Tà Thân Thọ** này chính là cái "**Thân Vô Minh Sinh Tử**" của chúng ta đã ôm trọn các Căn, các Trần, các Thức:

Các Căn: Mắt, Tai, Mũi, Lưỡi, Thân, Ý. ⎫
Các Trần: Sắc, Thanh, Hương, Vị, Xúc, Pháp ⎬ Hoàn toàn vô minh
Các Thức: Nhãn Thức, Nhĩ Thức, … Ý Thức ⎭

Nhiệm Vụ thứ Ba
của "**Tà Thọ**" diễn tiến: →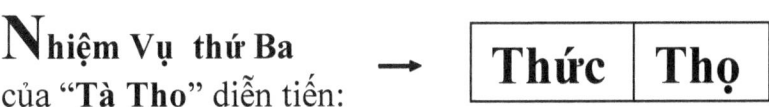

Trong **Ngũ Trược**:

Sắc	Thọ	Tưởng	Hành	Thức
Kiếp Trược	Kiến Trược	Phiền Não Trược	Chúng Sinh Trược	Mệnh Trược

Thì cái "**Thọ Tà Kiến**" của **Ngũ Trược** đã chuyển hóa **Trí Tuệ Bát Nhã** thành toàn Thức Vô Minh:

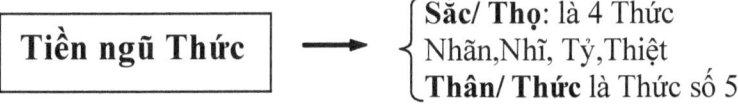

Thức Số 6 là Thức Phân Biệt
Thức Số 7 là Mạt Na Thức
Thức Số 8 là A Lại Gia Thức

(Xin xem Họa Đồ của trang sau):

Ngũ Căn

Ngũ Nhập

Mắt	Tai	Mũi	Lưỡi	Thân
↓	↓	↓	↓	↓
Sắc	Thanh	Hương	Vị	Xúc

Ngũ Thức

↓	↓	↓	↓	↓
Nhãn Thức	Nhĩ Thức	Tỷ Thức	Thiệt Thức	Thân Thức

Tiền Ngũ Thức   Thức 6   Thức 7   Thức 8

	Sắc	Thọ	Tưởng	Hành	Thức
Ngũ Thức	Nhãn Thức Nhĩ Thức Tỷ Thức Thiệt Thức	**Thân Thức**	Thức Phân Biệt	Mạt Na Thức	A Lại Da Thức

Khi Giác Ngộ

Thì **"Thọ Tà Kiến"** của **Ngũ Trược** tự động là **Chính Kiến,** Là **Tính Giác**

Vì **"Thọ Tà Kiến"** của **Ngũ Trược** đã là **Chính Kiến!** đã là **Tính Giác!** Cho nên toàn thể **Ngũ Trược** đều trở về Nguyên Thủy của nó:

Toàn thể **Ngũ Trược:**

Đều về Nguyên Thủy của nó chính là:

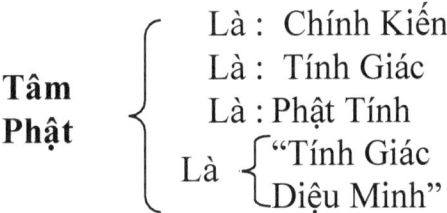

Và sau đây là Phần Lý Giải của "**Thọ Tà Kiến**" khi đã "**Giác Ngộ**", là nó đã trở về Nguyên Thủy của chính nó là "**Chính Kiến, là Chính Giác**"! Cho nên cả "**Ba Phận Sự** " khác nhau của nó, không còn bị ở trong **Tà Kiến** nữa, mà hoàn toàn ngược lại là: Cả Ba Nhiệm Vụ đó đều là **Chính Kiến**, đều là **Chính Giác**.

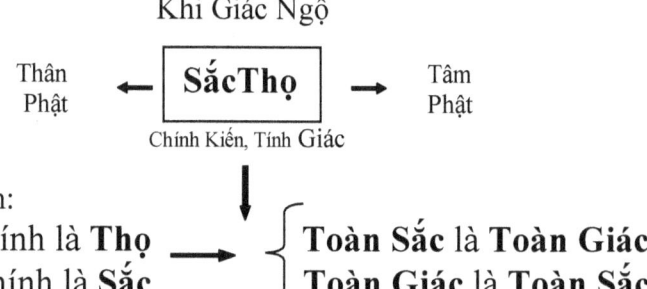

Cho nên:
{ **Sắc** chính là **Thọ**
  Thọ chính là **Sắc** } ⟶ { **Toàn Sắc** là **Toàn Giác**
                                 Toàn Giác là **Toàn Sắc** }

Giai đoạn này "**Thọ**" đã là **Chính Kiến**! là **Tính Giác** cho nên:

Sắc của các "Căn Thân" là: | **Sắc** chính là **Không**
Nhãn, Nhĩ, Tỷ, Thiệt, Thân | (Diệu Hữu)   (Chân Không)
(Mắt, Tai, Mũi, Lưỡi, Thân…) | Đều là **Chính Kiến**

Sắc của "Trần Cảnh" là: | **Không** chính là **Sắc**
Toàn thể các "Sắc Tướng"… | (Chân Không) (Diệu Hữu)
của Vũ Trụ Vạn Vật … | Đều là **Tính Giác**

Chính là "**Thiên Bách Ức Hóa Thân Phật**", cũng là "**Phân Thân Phật**"

Nhiệm Vụ Thứ Hai
Của **Thọ** "Tính Giác" →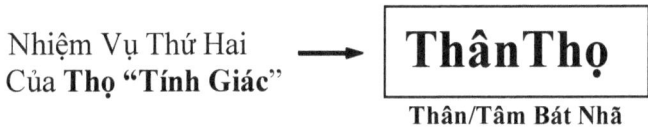

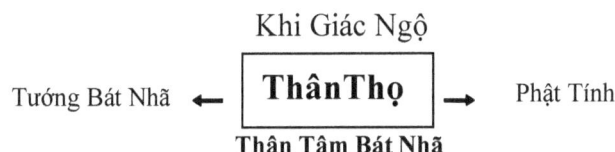

Vì khi đã Giác Ngộ thì "**Thọ Tà Kiến**" tự động trở về Nguyên Thủy của nó là **Tính Giác**! Và:

Vì **Thọ** đã là **Tính Giác**! Cho nên:

Toàn Thân với Sáu Căn:
Mắt, Tai, Mũi, Lưỡi, Thân, Ý
trở về Nguyên Thủy của nó là:

Tính Thấy, Tính Nghe , …Tính Hay Biết

Thọ chính là **Tính** (Phật Tính)
Thân chính là **Tướng** (Tướng Bát Nhã)

{ **Thọ** chính là **Thân**
  Thân chính là **Thọ** } → { **Thân** chính là **Giác**
  Giác chính là **Thân** }

Nói cách khác, vì **Thọ** là **Tính Giác** nên:

Thân Thọ là "Thân Toàn Giác"
Thân Toàn Giác là "Thân Thọ"

Và toàn thể Thất Đại:

Đất, Nước, Gió, Lửa, Không, Kiến, Thức đều tự động trở về nguyên thủy là "**Thất Bảo**". Riêng "**Không, Kiến, Thức**" còn có nghĩa như sau đây:

Không ở đây là:

"**Chân Không Diệu Hữu**"

Kiến ở đây là:

"**Tính Thấy Biết**"

Thức ở đây là:

"**Trí Tuệ Phật**"

Như vậy,
Là toàn "Thân/Tâm Viên Mãn"! Chính là:

"**Pháp Thân Phật**" (**Thân Tâm Viên Mãn**)

Nhiệm Vụ Thứ Ba
Của **Thọ "Trí Tuệ"** ⟶ | **Thức Thọ** |

Trí Tuệ Phật

Khi Giác Ngộ
| **Thức Thọ** |

Trí Tuệ Phật

Vì khi đã Giác Ngộ thì **"Thọ Tà Kiến"** tự động trở về Nguyên Thủy của nó là **Trí Tuệ Phật**! Và :

Vì **Thọ** đã là **Trí Tuệ**! Cho nên:

Thọ chính là Thức   Toàn Thức chính là **Toàn Trí**
Thức chính là **Thọ**   **Toàn Trí** chính là Toàn Thức

Nói một cách khác, thì **Thọ** là **Trí Tuệ** cho nên:

Toàn thể các **Thức** tự động là **Toàn Trí**:

{
Nhãn Thức, Nhĩ Thức, Tỷ Thức,
Thiệt Thức, Thân Thức, Ý Thức } ⟶ **Là Toàn Trí**

Toàn Trí Là ⟶ { Nhãn Thức, Nhĩ Thức, Tỷ Thức
Thiệt Thức, Thân Thức, Ý Thức

Cũng chính là: **"Báu Thân Phật"**

HỌA ĐỒ THÂN TÂM VIÊN MÃN

		Phật Tính	Định	Thể	Đức
Tam Thân	Thanh Tịnh Pháp Thân	Trí Tuệ	Tuệ	Trí	Trí
	Viên Mãn Báo Thân				
	Thiên Bách Ức Hóa Thân (hay Ứng Thân)	Thiện Hạnh	Giới	Dụng	Bi
Tứ Trí	Thành Sở Tác Trí (chuyển từ Tiền Ngũ Thức)				
	Vô Phân Biệt Trí hay Diệu Quan Sát Trí (chuyển từ Ý Thức)				
	Bình Đẳng Tính Trí (chuyển từ Thức số Bảy)				
	Đại Viên Cảnh Trí (chuyển từ Thức số Tám)				
Thân Tâm Viên Mãn — Ngũ Nhãn	Nhục Nhãn				
	Thiên Nhãn				
	Huệ Nhãn				
	Pháp Nhãn				
	Phật Nhãn				
Lục Thông	Sáu Căn : Mắt, Tai, Mũi, Lưỡi, Thân, Ý đã viên thông, không còn bị ngăn ngại cách bức				
Thất Bảo	Chuyển từ Thất Đại (đất, nước, gió, lửa, không, kiến, thức) thành Thất Bảo				

THÂN TÂM VIÊN MÃN

Thật đúng, khi mê là chúng sinh, và khi ngộ là Phật.
Y như Đức Phật và Lục Tổ Huệ Năng đã dậy:
" Tứ Khoa, Thất Đại là Như Lai Tạng" với đầy đủ Tam Thân, Tứ Trí, Ngũ Nhãn và Lục Thông và Thất Đại là Thất Bảo.

Trong Lăng Nghiêm Kinh Đức Phật đã từng thuyết:

> Tính Chân Không, là Chân Giác
> Tính Chân Giác, là Chân Không
> Tính của Địa, Thủy, Hỏa, Phong,
> Là Chân Không
> Tính của Chân Không là Tính của
> Địa Thủy Hỏa Phong

Tam Thân:

Cũng là Tam Thân đầy đủ: "Giới, Định, Huệ".
Đó mới gọi là **Công Đức**, vì trong Công Đức bao gồm cả Trí lẫn Hạnh

Vô Thủy Vô Minh nay trở thành "**THỂ**"
"Thể" là **Pháp Thân**, là **Định** tức **Công Đức**

Kiến, Văn, Giác, Tri (Thấy, Nghe, Hay Biết)
Trở thành: "**TRÍ TUỆ**" là

Báu Thân Phật.

Lục Căn (Mắt, Tai, Mũi, Lưỡi, Thân, Ý)
trở thành "**DỤNG**"
là **Ứng Thân Phật**
Là toàn **Giới**, là toàn **Hạnh**.

Tứ Trí:

Bát thức: chuyển thành **Tứ Trí**

Tiền Ngũ Thức: chuyển thành "Thành Sở Tác Trí"

Thức Số Sáu: chuyển thành "Vô Phân Biệt Trí"
hay "Diệu Quan Sát Trí"

Thức Số Bảy: (Mạt Na) chuyển thành
"Bình Đẳng Tính Trí"

Thức Số Tám: (A Lại Gia) chuyển thành
"Đại Viên Cảnh Trí"

Ngũ Nhãn:

Ngũ Căn thành Ngũ Nhãn. Tùy theo sự Ngộ nông sâu, trí tuệ cỡ nào mà có Ngũ Nhãn, chính là sự Thấy Biết siêu việt.

- ✓ Thấy biết hạn hẹp là ***Nhục Nhãn***: của người khi còn vô minh.
- ✓ Thấy biết khá sâu sắc là ***Thiên Nhãn***: như những vị Tu khá sâu sắc và những vị tu Tiên, Thánh khi họ đắc Đạo.

✓ Thấy biết thâm sâu hơn là **Huệ Nhãn**: như những người đã thâm nhập Phật Pháp và những người tu "Tiểu Thừa"; "Trung Thừa" khi đắc Đạo.

✓ Thấy biết vô ngại là **Pháp Nhãn:** như những vị đã thâm nhập Bát Nhã, và các Vị Bồ Tát "Đại Thừa"

✓ Thấy biết siêu việt là **Phật Nhãn:** như các vị đã ngộ Đạo, vượt cả Nhục Nhãn, Thiên Nhãn, Huệ Nhãn, Pháp Nhãn, **"nhưng lại không rời Ngũ-Nhãn".**

Tóm lại nếu Hành Giả chỉ tu quanh quẩn trong **"Năm Thức đầu"** với **"Thức số Sáu"** mà đắc được "quả vị", thì cũng chỉ trong vòng "Nhục Nhãn", "Thiên Nhãn" đến "Huệ Nhãn".

Nếu Hành Giả vào được "Thức số Bảy" mà chứng đắc và đã mon men vào "Thức số Tám", thì đạt được: **Nhục Nhãn, Thiên Nhãn, Huệ Nhãn, Pháp Nhãn.**

Và cuối cùng, nếu Hành Giả vào được : **"Thức số Tám"**, phá được cái **"KHÔNG"** (là Vô Thủy Vô Minh) cũng là phá được "cội nguồn Ý Thức" thì sẽ có cả Ngũ Nhãn, tức là **"Phật Nhãn"**, thì tự động vượt ngoài Nhị Biên Tương Đối:

"Vượt Thấy và Chẳng Thấy"

Lục Thông:

Nếu Hành Giả đã Ngộ Viên Mãn, thì Sáu Căn: **Mắt, Tai, Mũi, Lưỡi, Thân, Ý** tự động thông suốt, không còn bị cách bức! Cho nên:

Một tức **Sáu**, **Sáu** tức **Một**.

Thật ra, chẳng có gì đáng gọi là "Một", là "Sáu"! Vì đã là Lục Thông thì tự động ra ngoài số lượng, thời gian lẫn không gian.

Thất Bảo:

Khi Hành Giả đã Ngộ Viên Mãn, thì tự động "Thất Đại: đất, nước, gió, lửa, không, kiến, thức" đều trở thành Thất Bảo.

KẾT LUẬN

Tóm lại, khi đã trực nhận ra "**Bản Thể**" thì lúc ấy tự động:

> Nhất Thể Tam Thân
> Tam Thân Nhất Thể
> Thể/Dụng Nhất Như
> Định/Huệ bình đẳng
> Diệu dụng hằng sa…
> "Ba tức Một"
> "Một tức Ba"

Thật ra chẳng có Một, mà cũng chẳng có Ba vì là siêu số lượng.

Giống như Diễn Nhã Đạt Đa khi đã hết điên thì thấy cái đầu của mình vẫn đấy, chứ có mất bao giờ!

Cũng giống như chúng ta khi hết "Vọng Tưởng Vô Minh", thì tự động Tỉnh Mộng! và thấy cái gì nó là cái đó! vẫn y nguyên "Như Thị"… chứ có phải chuyển, phải lật, phải đập, phải phá cái gì đâu.

Vì **Chân Tính**, không phải là một vật, thì làm sao có thể đập, phá, hay tạo thành? Nó hoàn toàn vượt ngoài sự suy luận đối đãi, vượt ngoài có/không, thật/giả và đúng y: **cảnh giới Bát Nhã**, tự ra ngoài đối đãi và toàn thể muôn loài, muôn vật đều là sự vi diệu của "Bát Nhã Tính":

Sắc Tức Thị Không,
Không Tức Thị Sắc

Phi vật, phi tâm,
Vô Tu, vô Chứng,

Tuy nhiên:

Tính chẳng hề rời **Tướng**!
Tướng chẳng hề rời **Tính**,

Vì:

Phật Pháp không ngoài Thế Gian Pháp

Và:

Chúng ta không ngoài Vũ Trụ Vạn Vật
Vũ Trụ Vạn Vật không ngoài chúng ta.

Cũng là:

Cảnh vốn tự Không đâu cần hoại Tướng
(Kinh Pháp Hoa)

Có nghĩa là: Mọi sắc tướng, vũ trụ vạn vật cũng như Thân/Tâm của chúng ta, tự nó đã là "**Không**" rồi, chứ không cần phải diệt nó đi thì mới thấy là "Không"! Thì cái Không này là cái: "Không Vô Ký", cái "Không của đoạn diệt"!

Hành Giả khi đã Giác Ngộ, thì mới thấm nhuần được:Trong **Động** có **Tịnh**; trong **Tịnh** có **Động**; **Động** là **Tịnh**; **Tịnh** là **Động**, **Động/Tịnh** Nhất Như! cho nên:

Cái **xao động** và cái **không xao động** đều: Như Như… bình đẳng … Thế mới thật là:

"**Không Xao Động**"

Và như vậy mới trọn vẹn cả: **Lý** lẫn **Sự**, cả **Thân** lẫn **Tâm**, thật là Vi Diệu!

Chú ý

Mọi danh từ: Ngộ, Đắc, Phá, Đi, Về v.v… tên của các "Thừa", và tên của bất cứ gì, trong toàn quyển sách này đều là Giả Danh, đều là Phương Tiện!

Thiện Quảng và Phước Hằng
Phát nguyện ấn tống …
để hồi hướng công đức cho:

Thân phụ là:
Từ Minh Bùi Quang Loan

Thân mẫu là:
Diệu Hạnh Đỗ Thị Viên

Cô là:
Bùi Thị Lê

www.ingramcontent.com/pod-product-compliance
Lightning Source LLC
LaVergne TN
LVHW010320070526
838199LV00065B/5622